Nhật ký
THỜI GIAN

NHẬT KÝ THỜI GIAN

Copyright © tác giả Trần Nghi Hoàng, 2024.
Copyright bìa © Khánh Trường

Bản quyền tác phẩm đã được bảo hộ. Mọi hình thức xuất bản, sao chụp, phân phối dưới dạng in ấn hoặc văn bản điện tử, đặc biệt là việc phát tán trên mạng Internet mà không có sự cho phép bằng văn bản của Nhà xuất bản là vi phạm pháp luật và làm tổn hại đến quyền lợi của nhà xuất bản và tác giả.
Không ủng hộ, khuyến khích những hành vi vi phạm bản quyền.
Chỉ mua bán bản in hợp pháp.

TRẦN NGHI HOÀNG

Nhật ký
THỜI GIAN

Trường ca

Lời tựa ngắn cho *"nhật ký thời gian"*

Trần Nghi Hoàng

Trường ca này được hình thành bằng thứ ngôn ngữ rốt ráo của vô sư trí. Thời gian trong trường ca là thời gian vô cùng tận. Trong cuộc hành trình với thời gian vô cùng tận đó, các vũ trụ quan hiện hữu và không hiện hữu cùng lúc cùng đồng hành. Cho nên, nhật ký trong trường ca là ghi lại những trải nghiệm của tác giả qua những biến động kỳ bí của những vũ trụ quan thực ảo đan xen.

Thời gian để hoàn thành trường ca là mười lăm năm, nhưng đây chỉ là con số của biểu hiện sai biệt. Mười lăm năm hay mười lăm kiếp, hay cũng có thể là mười lăm a tăng kỳ kiếp. Có những lần tôi dừng trường ca mấy tháng hoặc 1-2 năm để viết những thứ khác hoặc không làm gì cả. Nhưng mỗi khi ngồi viết trường ca, tôi như là đang phóng tiếng nói của mình vào cái nội thức hư vô sâu thẳm của chính mình. Có những chương tôi viết mê mải như không thể nào dừng được. Nhưng tôi nhớ có một chương tôi đã viết vỏn vẹn chỉ 2 câu. Chỉ hai câu là quá đủ.

Trong thời gian viết trường ca, tôi chưa một lần kiểm xem mình đã viết được bao nhiêu câu, bao nhiêu chữ. Chỉ nhớ đã viết được tới chương thứ mấy, về những gì. Khi tôi quyết định chấm dứt ở chương thứ 24, "lịch sử," nhà tôi, Khánh Phương, độc giả đầu tiên của tất cả những trang viết của tôi góp ý: "Anh nên viết thêm chương thứ 25. Con số 25 đẹp hơn." Tôi đồng ý. Thế là có "kết thúc là bắt đầu." Tôi đặt tên chương thứ 25 như vậy bởi tôi đã dự phóng được nội dung mình sẽ viết. *nhật ký thời gian* hoàn tất, tôi có cảm giác mình đã viết được mấy ngàn câu thơ và không biết bao nhiêu là chữ. Nhưng khi nhà tôi kiểm soát lại toàn bộ, đây cũng là công việc Khánh Phương thường làm trước những tác phẩm vừa hoàn tất của tôi, nhà tôi cho biết, tổng cộng số câu là 1200 câu và số chữ là khoảng 12000 chữ. Tôi thoáng bất ngờ bâng khuâng. 1200, 12000 - con số 12 là để chỉ một chu kỳ của thời gian. 12 giờ của ngày, 12 giờ của đêm. 12 tháng của một năm. 12 năm của một giáp. Cứ như vậy chu kỳ liên tục và tiếp tục như một vòng không lộng mối. Và cuối cùng là 25 chương trường ca, "kết thúc là bắt đầu." Giờ thứ 25 là giờ bắt đầu cho một ngày mới. Tất cả đều khế hiệp một cách ngẫu nhĩ khít khao hoàn toàn không định trước.

Ngôn ngữ thơ trong "*nhật ký thời gian*" cũng là ngôn ngữ riêng của nó. Có những chữ, những câu, những đoạn hay một chương tự nó cấu hợp lấy chính nó. Kể cả những hình ảnh trong thơ cũng vậy. Đó là những tia chớp trong vô thức tôi và trường ca đã chộp lấy cái tia chớp đó của vô thức của tôi bằng một tia chớp khác ngoài tôi.

Trong hành trình 15 năm để hoàn thành trường ca, tôi thực sự đã sống với "*nhật ký thời gian*" nhiều hơn là viết nó. Trong thời gian mấy tháng hoặc 1-2 năm không đụng tới trường ca, dù là để viết một cái gì khác hay không làm gì cả, tôi đã sống với trường ca và trường ca đã sống trong tôi. Từ ngoài ánh sáng hay đi vào bóng tối, mọi ước lệ đều đã bị phá vỡ khi tôi viết "*nhật ký thời gian*." Theo tôi, đây chỉ là cuộc trở về lại với uyên nguyên đằng đẳng để thấy được chỗ mà ánh sáng và bóng tối sẽ trùng phùng trong một phút giây. Phút giây của miên viễn.

Trường ca "*nhật ký thời gian*" đã được tác giả hình thành trong một cuộc đại định trường kỳ vô ngại. Xin có một lời khuyên nghiêm túc rằng, quý vị nào muốn bước chân vào trường ca hãy vứt bỏ mọi hành trang đã có từ hữu sư trí và đừng mê chấp vào tên gọi hay hình ảnh kỳ biệt nào của trường ca. Quý vị cứ thong dong bước vào "*nhật ký thời gian*" như bước vào một cuộc phiêu lưu. Một cuộc phiêu lưu có thể đánh thức được con người từ nội tại sâu kín của quý vị. Cũng đừng để kiến chấp làm quý vị loay hoay không vào được trường ca. Mê và kiến là hai bức tường kiên cố, nó che chắn dẫn dắt con người minh triết trong quý vị đi vào tuyệt lộ. Phải nhớ minh triết là loại kiến thức ở ngoài kinh điển và sách vở.

Trân trọng.
19 tháng 9 năm 2024

nhật ký thời gian

TRẦN NGHI HOÀNG
(Khởi viết tháng 7 năm 2008)

một: hòa âm thất tán

khi những dấu vết của lửa
                        nước còn rớt lại
trong ly rượu lưu niên   thầm thì gió
cát
bước chân người ngất ngưởng trên chiếc roi thời gian
quất nhịp nhàng vào tàng thức bí mật của hư vô
và những đại lộ loáng nước chờ tự tử
theo hòa âm khước từ ánh sáng
            của lon beer
không
và chai rượu rỗng
lũ chuột mất hướng chui vào âm hộ của đêm
và âm thanh chợt cất lên ở một tầng không gian không
dự báo

những màu néon tím vàng xanh đỏ chớp nháy
bên ngoài những hầm rượu thăm thẳm

NHẬT KÝ THỜI GIAN

từng vựng rác bay lên
bay lên cùng gió trốt và bài kệ truy hồn
mọc từ New York và thất tung ở Cambridge Boston

trên cặp đùi nàng gái điếm có hình xăm cảnh giới niết bàn
và thiên đàng
(được tuyên ngôn bằng những câu chú thích và mật ngữ
tồn tại ở những đầu ngón chân gã cùng tử đang ngủ vùi
trong chiếc thùng carton
bên hông tiệm laundry không bao giờ đóng cửa)

vạt nắng nửa đêm ươm vàng mái tóc nàng gái điếm.
những sợi tóc nàng rì rào chuyển
động cùng lời ca đen lời ca điên đã bay lên bay lên và mất
hút vào đâu đó nghiễm nhiên. cuộc rượt đuổi thất tán và
nghiêm trọng trên gan bàn chân người du tử có đóng dấu
những tinh hà đã chết bốn ngàn năm.

cuộc tình sa mạc hiển lộng lạc đà chiếc bướu lung linh gió cát nước lửa trên những vòm ký ức đã lỗi đạo từ một thời cực kỳ văn minh tiền cổ đại. hoang mang lần tự vấn soi gương không thấy mình - chỉ thấy đôi mắt của một loài thần linh đã chết!!!

thiên nhiên lắm lần không hiểu những oan khiên!

hai: nụ cười không có thật

những điều huân tập từ bao tiền tiền kiếp không khứng
cùng nhau cuộc hẹn định kỳ một tỉ năm một lần giao
hoan bất chợt
điều phiền muộn bỗng dưng   nghiêng
trả lại lời linh thiêng mất tăm từ dạo con người biết nói
dối

riêng mỗi ngón tay một cư hành bất nhất
người thầy vị lai buông riềm mắt (mỉm cười?)
điều này chưa chi không có thật
(con mouse chạy trốn những con chữ
tư tưởng chạy trốn ra khỏi bộ não của những con người)
chui vào những máy computer hiển lộ
trên những vuông monitor thăm thẳm
tầng Nguyên Đán Washington DC

cuộc chạy đua hút hơi   từng cục không gian treo lơ lửng
giữa một thời gian đông đặc

biên niên

ba: giấc ngủ ấu thời

mưa nổ ngang cửa sổ
lột áo mùa   giấc ngủ quên ấu thời
giọt nước mắt
trên gò má thơm mùa sữa
giấc ngủ năm mươi năm

bốn: tuổi của đất và đá

trên lưng gió
lá trở mình gọi triền miên tên núi
những bàn tay chim in dấu kín một chân trời
không hứa hẹn
tiếng cười riêng   ly rượu bầm
vách gỗ căn phòng phút giây màu nâu đỏ
câu chuyện từ tuổi của đá và tên của đất được nhắc nhở từ
những lần mộng tinh
và những lời nguyền rủa của quá khứ
phiên bản được lưu giữ trong viện bảo tàng hoài niệm
trí nhớ
chia lời chào thành những khúc diễn từ
truy điệu tương lai

năm: tuyệt lộ

chùa ấn chứng neo người
nắm bàn tay đấm vào cơn tuyệt lộ

sáu: thất tung

cây xanh bẩn lá nương giọt sương
thổ dân kỳ cựu ngoài giới hạn
cắn ngập mùa răng mấy lần gió bão
lấy ai làm lại chút thiên nhiên?

cuộc tình dầu hỏa tan hoang
những tên đầu nậu   đứng cười
ngất ngưởng   trên những tầng thế kỷ mất hướng
và những xác người dập dềnh trên khắp mặt địa cầu
chiếc phi thuyền bay vào vũ trụ nổ thinh không

bảy: con người? ... !

những màu da lấp lánh
được định giá thị trường trong những cuốn yearbook
màu đen không còn dẫn đầu sổ loài nô lệ
trẻ con và đàn bà
nhược tiểu và ngu dốt
{   }
đã từ một thời nào bị đình chỉ làm người

tám: đường tunnel quanh địa cầu

(Hội An)
hốt bụm nước lũ cắm mùa siêu sinh
bật đèn thềm sông Hoài cạn nắng
vũng sình Chu Lai khuất cửa Tam Kỳ mở hầm tunnel đến Missouri
có chữ ký thời gian trên mép lá
cánh ngọc lan thơm túi áo chùa Quán Âm
chằng chịt đường nhện giăng căn hầm ký ức
thở xuôi tay bấy bận tồn sinh
chắt cất từng điển phạm vào hai nang dái xệ
lời trối trăn ở cuối chu kỳ
bản thống kê   liên danh bài kệ trong hầm rượu
bờ sông Sein
con chuột chết trong bồn cầu tiêu không đợi phút siêu sinh
mở bàn tay   có dấu thời gian
hiện diện
bao nhiêu mùa hóa đá

chín: bí tích

mồ hôi biển thẳm
xoay từng cụm
luôn là một bến cảng, rực cơn đi

gió và diều treo trên đại dương
giải mã điều điển phạm

mười: vô thức

nhốt chữ vào lưng chừng gió
lay bay rèm cửa đêm

vĩ nhân buồn vuốt râu
bàn tay không chạm nhớ
(và những vĩ nhân không có râu)

trời úng gió
bầy chim dập dềnh trên
hàng lũ dây điện xuyên tâm
con tắc kè đi lạc vào góc sân quán cà phê vườn nhộn khách

(Viết tiếp ngày 31 tháng 7, 2014)

mười một: cổ tích

cánh rừng thưa ngược nắng
con dốc xuôi cơn bão tím
được mùa
vẫn sương mù quặn khúc Goleta
vườn cam Islavista bay lơ lửng Sagan
chiều nhập định biển cởi truồng âm tiếng hú
không đi được mùi hoa hồng trổ gai
con rắn hổ đất treo da mình trên đầu cọng cỏ sâu
người nông dân đứng ở ngã tư mùa màng
rao giảng về thuyết trồng đậu rồng
gã hành khất cụt chân
nói rồi ta sẽ bay lên đỉnh Hy Mã Lạp Sơn như điều dự báo
người vũ nữ múa bụng thấy từ rốn mình chui ra con mắt thứ ba
năm giờ sáng
bầy sương mù trôi vào phòng mang theo vạt nắng Santa Barbara

lũ hải âu nhổ neo ở cuối một con đường có bảng cấm đậu xe
trong rạp drive-in
bảy chú lùn chui ra từ dưới cánh một con bọ xám
Bạch Tuyết ngồi khóc lâm ly dưới ánh đèn Cafeteria
khi gặp lại hoàng tử sếu vườn
mọi chuyện như còn nguyên ở một hành tinh nào đó
dốc ngược cát đồng hồ
biển thời gian chìm dấu giới hạn ở cuối những chân trời

mười hai: đất sống cho mỗi con người

người cùng tử ngủ mở mắt trạm xe bus mùa đông
nụ cười trổ hoa từng sợi râu phủ kín mặt
trên lưng gã những cây sáo thầm thì bản du ca cho những
kẻ lưu vong
"one dime, man" một dime một ly cà phê
tôi đưa ra một dollar
tiếng chân thành thịch đuổi theo sau lưng trả lại 90 cents
tiếng sáo chạy lăng quăng trên đường và leo lên những
vòm cây
vở kịch mime không buồn kết thúc
gã cùng tử để bàn tay phải lên ngực trái
chỗ trái tim
rồi cúi gập người như một quý tộc thời Trung cổ
mời quý ngài tháo giày vào teahouse ngồi bán già
ăn clam-chouder và uống mutea
trên State Street có tiệm hair design của Nhơn Ngục
mở cửa vào lúc nửa đêm

cô gái Mỹ đen mười sáu tuổi vòng tay ra sau
tháo cái đẫy trên lưng có đứa con vừa tròn ba tháng tuổi
của cô
rồi cô móc chiếc đẫy có đứa bé trên tay nắm cửa
cô bắt đầu những động tác warm up
và thở
bàn tay màu nghệ có những đường chỉ tay màu nâu như
những đường dao chạm
từng bức phù điêu ghi thân phận mỗi con người

mười ba: vòm trời bí mật

mưa chiều Idaho nhầm lẫn tiếng chuông gọi cửa
có những nụ cười thân mà không quen
quầng mắt nghiêng mỗi bận chào
thậm chí lời tán tụng cạn theo bao nhiêu ly rượu
bao nhiêu
trong cognac tàng trữ màu/mùi cổ lục
Idaho Idaho
tiếng mưa xôn xao đập vào kính cửa sổ
thanh lâu thời Tố Như Tiên Điền
mang gươm đi uống rượu
tiếng mưa hoang vu đập vào kính cửa xe
niềm ăn năn khuyết tật
đếm từng đận thở mù
dấu vân tay thị chúng
nhắm mắt vẽ chân dung quá khứ
lên những tờ lá
lá xanh lá vàng

lá đỏ lá đen
tờ lá trắng điềm nhiên không mất dấu
tiếng còi xe khuất dáng người
những con ngươi treo cổ vòm trời đen
những thiên hà xé mây đi về mẹ

mười bốn: mưa!!! ... và mưa???

cơn mưa bào mòn đá núi
những vựng mây thất tung
cơn mưa kéo dài Portland Seattle
vượt Thái Bình Dương đại định Sơn Chà
ở bến cảng Tiên Sa có tiếng đàn bầu khúc khắc điệu Jazz
như như bất động hai bàn tay Đức Quán Thế Âm chắp lại
hình búp sen
trên triền núi
con chim hải âu nào về đậu lại trên hai bàn tay Phật ấn
nước biển buổi chiều bỗng thẳm trong màu vô nhiễm

mười lăm: phiên tòa

cắn ngón tay chảy máu
điểm chỉ lên trời xanh
lưu giữ vào thư viện hư không
trưng bày ở bảo tàng vô tận xứ
những mép thời gian quăn queo quạnh quẽ
con mọt buồn nằm chết ở trang riêng
khúc requiem lần lượt màu tiễn biệt
buổi chiều ở George Town cuộn theo từng bậc escalator
đi vào bóng tối
con đường lạnh nhòa trong tuyết
ánh đèn chết đuối phía chân cầu
tiếng thở dài mất hút trong hầm rượu
những kẻ tuẫn đạo cõng trái đất trên lưng
hai tay và hai chân chĩa thẳng xuống trời xanh
tôi bỗng dưng làm người chứng không tuyên thệ
toà án có bồi thẩm đoàn là con hà mã còn sót lại ở Phi châu
quan tòa là con ngựa vằn râu bạc rụng răng...

mười sáu: biển thời gian

biển thời gian bốc hơi thành quá khứ
quá khứ phân hủy thành những ruộng muối
những ruộng muối ký ức
những ruộng muối trắng xóa
như những hành tinh
không hoại tử cũng không trường sinh
từng hành tinh có một đời sống bí mật riêng
chú thích: mùa thu hoạch của quá khứ là mùa thất tán
của hiện tại
đóa hoa Tháng Sáu búp nụ Tháng Ba
mũi tên đã bay ra khỏi dây cung còn quay đầu ngơ ngác
rà tìm lại hướng đi
thời gian mênh mông biển
thời gian cuồng nộ biển
thời gian câm nín biển
buổi chiều bắn cung trên đồi cỏ
em với theo mũi tên vừa ra khỏi dây cung

như níu lại thời gian
nhưng thời gian thì vẫn không ngừng hun hút trên vô tận
như chiếc du thuyền chở xác Paganini
vẫn xuôi ngược trên sông Nile mười lăm năm
hay dập dềnh trên biển Hắc Hải đi tìm những thiên hà
đã chết
cho đến tận bây giờ
biển thời gian
biển thời gian
là biển trắng

biển thời gian trở mình bất chợt
nhắc ta cái thời gối đầu trên đền đài Taj Mahal
gếch chân trên vườn treo Babylon và mặc định về Cổ Loa
bận bận biển thời gian trở mình
nậm gió trôi xuống hầm hư vô
Holland tunnel phố Tàu

NHẬT KÝ THỜI GIAN

bầy tạp chủng kiệt xuất
ở New York thời gian luôn vụn ra những mảnh sắc nhọn
như những mảnh kính vỡ
từng mảnh thời gian chui xuống những hầm metro tất
tưởi đi tìm lại thân tâm
những đường ray chằng chịt cuống quít giữa hiện tại và
quá khứ
bầy thời gian
bầy thời gian từng phen thổ huyết tìm hướng tái sinh
những dặm biển chìm che giấu những thành phố khuất mặt
từ những thiên niên kỷ xa hút
ở từng giọt biển có từng cõi giới riêng
ở từng giọt thời gian có triệu triệu lần sinh tử
An Bàng, Hà Mi băng qua Cửa Đợi
vịnh San Francisco, Tiên Sa, Mỹ Khê, Halfmoon Bay
vẫn gặp lại con chim hải âu cánh xám ở bờ biển De Laware
với tiếng kêu mùi gió mặn

cuộc rượt đuổi của những hóa thân trở mình không kịp
biến
bẫy thời gian hay bẫy thời gian
bẫy thời gian là những lượn sóng dữ trên biển thời gian
bất tận
có những lượn sóng thần
phủ chụp xuống New Orland Luisiana
bẻ gãy gập sông Mississippi
mỗi mỗi nơi đều có thi thể con hải âu cánh xám
ở Cà Mau có người đứng chờ để leo lên đầu con cá voi
quay ngược về Cửa Nhạn
trên vách núi đá Hoàng Liên Sơn còn ghi khắc lại điều
này
tiếng hú trên ngọn Phanxipang kéo dài đến tận bờ biển
Santa Barbara
vẫn con chim hải âu cánh xám và lời dự báo của nhà tiên
tri ngủ gật trong sương mù

NHẬT KÝ THỜI GIAN

biển sương mù biển sương mù tan dần vào sa mạc freeway
5
thung lũng Chết vẫn nở rộ những loài hoa lạ vô danh đầy
đủ sắc màu
sóng biển Việt Nam trổ huyết hoa từ những xác người và
xác cá
danh sách lũ tội đồ còn ghi trên biển thời gian
xác người xác cá trôi lềnh trên biển thời gian
quây tròn quanh bầy sát nhân thành cơn xoáy trốt
cùng tiếng reo chờ mừng lũ tuẫn táng
biển thời gian còn một dấu lặng

mười bảy: xác chữ

di cảo ngấn tích từ những ngôi mộ trong kim tự tháp
áo giấy ngôn ngữ và những đường nét vạch tạo hình phá
chủng
nguyên liệu khởi thủy papyrus và vùng nấm độc
ngôn ngữ chạy thất tán mất dần phả hệ
có những loài ngôn ngữ lạc hướng sống
và những loài ngôn ngữ linh thiêng
từng con chữ biến dạng theo từng bước luân lạc
xác những con chữ chết nằm tồn đọng trong biển thời
gian từ hàng triệu tỉ năm
có những con chữ chết hốt nhiên sống lại không một
điềm dự báo
những con chữ sống lại bên ngoài chủng loại ngôn ngữ
của nó
và những con chữ không thụ tinh trong tử cung của thời
gian trong cuộc hoài thai kéo dài gần như vô tận
không cần thiết dọn dẹp không gian để lưu trữ xác chữ

xác chữ song hành cùng không gian về vô tận xứ
trong hành trình trưởng sinh của từng chữ
gồm cả nghi thức tự mặc niệm cái chết của chính mỗi chữ
xác chữ hòa nhập vào một trong thất đại
là chân không
con người hít thở xác chữ vào cơ thể mình
rồi từ đó kiến tạo/ sáng tạo ra những công trình chữ
chữ chuyên chở mọi thứ trong trần gian và ngoài trần gian
những điều kiến giải về sinh mạng con người
kể cả những thứ hồi tố về cái sinh mệnh ấy
chữ dung chứa mọi hình thái vũ trụ quan
dù khác biệt hay đối nghịch
sự tuyệt vời của chữ là có thể tự hòa trộn chính nó vào từng vũ trụ quan khác biệt kia
một điều cần chú thích, chữ không phản bội con người
mà con người phản bội chữ

sống chết
ánh sáng
bóng tối
đêm ngày
sự hiện diện của chữ câm nín mà náo động
lan tỏa mà cô đọng
hơn cả nước, chữ có thể thấm qua bất kỳ vật cản nào
dù đá vàng sắt thép hay châu ngọc kim cương
ngay cả không gian và thời gian
không có điều gì nói lên rằng
mỗi chữ luôn cưu mang hồn chữ
hồn của chữ nằm trong quyền năng của con người
từng chữ từng chữ chỉ là những xác chữ
vì thế mặc nhiên chữ không thể phản bội được con người
sau cuối chữ chỉ là những xác chữ
những xác chữ nằm chờ con người ban cho sự sống tùy
nghi

như những thiên hà bất tỉnh nằm chờ được vận hành
mỗi chữ được đưa vào nhiều chuyến đi
những chuyến đi khác biệt
nhưng không có bất cứ điều gì chắc chắn hứa hẹn ở tương lai
tương lai của những chuyến đi hay những chuyến về???
như những thiên hà đang bất tỉnh được quay trở lại cuộc vận hành
mà ngày mai là vô định...
đã có những thiên hà treo cổ trên đỉnh Hi Mã Lạp Sơn
đoàn mật ngữ của bóng tối
mà ánh sáng được giấu trong từng xác chữ lân tinh
những xác chữ bay vòng quanh địa cầu tìm lại cung điện Potola
những ngọn đèn mỡ yak lung linh chấp chới
và tiếng hú lồng lộng khắp trời cao của đạo sư Milarepa
hay tiếng hú của ngài Từ Đạo Hạnh

những tiếng hú thinh không
những tiếng hú ra ngoài xác chữ
những tiếng hú chỉ giữ lại phần hồn của ánh sáng và bóng
tối
giữa ánh sáng và bóng tối còn giữ lại một bí mật khủng
khiếp mà thiên nhiên đã cất giấu
từ hàng tỉ tỉ năm
ở một nơi chỉ có thiên nhiên làm chứng
nơi mà loài dơi không còn ngủ ngày và thức đêm
và loài cú biết nhắm mắt thiền định bên những đóa hoa
quỳ
lúc đó ta sẽ biết điều bí mật khủng khiếp giữa ánh sáng
và bóng tối
sẽ có một loài chữ biết tự nhảy múa với đầy đủ hồn xác
có nhiều người sẽ chui ra từ những ruột núi lửa
trên tay mỗi người cầm một bông hoa thối rữa to lớn dị
thường

NHẬT KÝ THỜI GIAN

bám dày kín trên mỗi bông hoa là vô số xác của một loài
sinh vật nhỏ li ti tanh tưởi
(chú thích: có nhiều trang lịch sử của một quốc gia hay thế
giới
đã không được chép lại bằng ngôn ngữ hiện đại bình
thường
mà bằng những ngôn ngữ sơ khai hay chỉ dấu riêng
ví dụ như mỗi thắt gút là một lời hứa hay một mạng người
ngược xuôi trong những chỉ dấu là những điều không có
cánh nhưng chúng tự biết bay
đó là loài chữ có đầy đủ hồn xác
hết chú thích)
người thày vị lai đã dự báo những điều này với riềm mắt
rũ buông
ngài nói tiếp
khi hàng triệu con chuồn chuồn đủ loại đủ màu sắc bay
kín một chân trời

bóng tối và ánh sáng thực sự giáp mặt nhau
lúc đó mọi dự báo của ta sẽ thành hiện thực
điều bí mật khủng khiếp nằm giữa ánh sáng và bóng tối
là vô cùng
nên tất cả sẽ chuyển động theo sự cấu hợp của những
thiên hà
những thiên hà sống
những thiên hà đã chết hay đang bất tỉnh
màu sắc nằm giữa ánh sáng và bóng tối là màu sắc của
chân không
chỉ những kẻ không còn nhìn thấy những thường sự ở
nhân gian mới thấy được chân không
người thày vị lai buông riềm mắt mỉm cười
rồi xoay lưng bước dần ra hướng biển
những điều này về sau được chứng thực
những chỉ dấu giả hóa thân thành một thứ ngôn ngữ
phấp phới

đoàn quân chữ thác lũ và vô đạo
những loài chữ khác biệt lần lượt bị thảm sát
những con chữ phơi thây nằm bệnh bồng đây đó trên mặt địa cầu
cái chết không nhượng bộ điều khẩn thiết riêng
chuyến tàu hỏa xuyên tâm hốt nhiên dừng lại giữa đại mạc trắng
cái chết của những thứ ngôn ngữ
cái chết của những con chữ
đủ mọi sắc màu chủng loại báo thân hóa thân
pháp thân
cuộc phục thù dường như vô cùng tận nếu đoàn quân vô đạo chữ không lọt vào lằn ranh giữa ánh sáng và bóng tối
nơi mà thiên nhiên còn cất giấu một điều bí mật khủng khiếp
nên những chỉ dấu ngôn ngữ giả phải tự giải mã và tan biến vào hư không

nhưng bởi đó xác của đoàn quân vô đạo chữ không còn dấu vết
và điều bí mật khủng khiếp vẫn còn nằm yên giữa ánh sáng và bóng tối
từng vốc chữ quấn vào nhau và ngủ vùi trên lưng thời gian
những vốc chữ tắm gội nắng mưa gió tuyết thành những nấm mộ chữ
những nấm mộ chữ uống ánh mặt trời ngày từng ngày
uống ánh trăng sao đêm từng đêm
rồi cắm sâu rễ chữ xuống lòng đất
và mỗi nấm mộ chữ sẽ mọc lên một kim tự tháp
tàng chứa trong những kim tự tháp đó là những xác chữ
vô số xác chữ tươi đủ đầy chủng loại
những xác chữ còn tinh khôi vô nhiễm
nhưng đa số nhân loại tin rằng
trong những kim tự tháp vừa mọc lên có cất giấu những bảo vật khác

chẳng hạn như thiên thạch hay thuốc trường sinh từ một
giống người ngoài vũ trụ
con người đổ xô tìm cách đi vào những kim tự tháp vừa
mọc lên trên mặt địa cầu
rải rác đó đây trên khắp các châu lục
từ một đại mạc hoang vu hay một thảo nguyên biệt khuất
cho tới những đô thị lẫy lừng nguy nga tráng lệ nhất
nơi nào có kim tự tháp mọc lên từ xác chữ là có con người
rủ nhau lui tới
nhưng không có bất kỳ ai vào được kim tự tháp nào
một lời rao trên không trung "Ai muốn vào kim tự tháp
chữ phải có mật mã"
một lời thần chú
mật mã chỉ tìm thấy bởi một con thú hoang dã
con thú hoang dã sẽ tìm thấy mật mã ở nơi mà cả đời nó
lẽ ra sẽ không bao giờ đến
con người tin vào lời rao trên không trung

sau đó loài thú hoang dã xuất hiện khắp nơi
dưới sự canh giữ của con người
ngay cả những nơi xa hoa phù phiếm không giới hạn
ngày và đêm
những ánh đèn rực rỡ đủ mọi sắc màu
như lũ đại bàng dõi theo bóng chim phượng hoàng truyền
thuyết
có tiếng hí của loài ngựa trận mạc Mông Cổ giữa New
York City
sự man rợ được bành trướng và hệ thống hóa tại những
nơi đây
rồi vươn lên cực điểm
điều này đã làm những loài hoang dã vô cùng xấu hổ
chúng nhận ra loài hoang dã không thể nào man rợ cho
bằng được con người
lũ đại bàng vẫn dõi theo bóng phượng hoàng truyền
thuyết

con ngựa trận mạc Mông Cổ phát cuồng cất cao hai vó trước
nó muốn phóng lên cây đuốc trên tay tượng nữ thần Liberty
một con ngựa vằn đứng khóc lâm ly giữa khu đèn đỏ thủ đô Amsterdam
giữa những tủ kính có từng bầy gái điếm khỏa thân đứng chào hàng
hai con sư tử gầm lên từng hồi kinh tâm động phách tại những "chợ trời" ở Bombay
khi chúng nhìn thấy những đứa bé gái mười hai mười ba tuổi
chưa có vú bị nhốt trong những chiếc lồng
bằng gỗ, bằng tre hay bằng sắt
trên mỗi chiếc lồng đính một mảnh giấy ghi nhân thân và giá cả của bé gái bị nhốt bên trong
những bé gái bị đem rao bán trinh tiết

như bán một món hàng
hai con sư tử đã gầm lên tức giận
vì sự xúc phạm giữa con người với con người
ở thời đại mà chúng cho rằng nhân loại đang hết sức văn minh
ở thời đại mà ngay cả những con thú hoang dã như chúng cũng đang được bảo tồn và bảo vệ
nhưng chúng đâu biết rằng cũng ngay trong thời điểm đó
ở bên kia phía mặt trời còn có những con người ăn thịt người
có những kẻ đang lùng cướp tâm can tì phế của những người đang sống
bọn luôn ẩn nấp dưới những đền đài miếu viện văn hóa
hầu như những điều ác độc và giả ngụy được khai sinh tại đây
kể cả những chỉ dấu sơ khai và sự chết
những loài chữ tồn tại bồn chồn âu lo trước những tai ương đang rình rập

mật mã giả để vào những kim tự tháp chữ rải rác xuất hiện

cả thế giới thừa biết mật mã giả này từ đâu và do ai tạo ra

loài người hoang mang trước bao điều nằm bên ngoài biên cương của kiến thức thường tình

bí mật khủng khiếp nằm giữa ánh sáng và bóng tối là gì

mật mã để vào kim tự tháp chữ có thật không, ra sao???

!!!

trong mỗi kim tự tháp chữ đang chứa gì?

có phải là xác chữ?

có phải tất cả những kim tự tháp chữ đều chứa một thứ giống nhau?

những điểm lạ xuất hiện ngày càng dày đặc

có những cơn mưa mà nước từ mây rơi xuống mang màu đỏ hồng như máu

lời đồn dấy lên về những bóng ma chữ

những bóng ma chữ bay lượn ra vào những kim tự tháp
chữ
người ta lập đàn tràng cầu nguyện cho những linh hồn
chữ đã chết
gã cùng tử thức dậy chui ra khỏi chiếc thùng carton
gã muốn tìm một con lạc đà cưỡi vào đại mạc
để uống những giọt sương trên những cọng gai xương
rồng
và thăm lại con bọ cạp thuở ấu thời
nhưng con bọ cạp đã bỏ đại mạc đi vào đô thị để tìm
nàng gái điếm
lũ chuồn chuồn bỏ chân trời xa bay về ủ kín kinh đô Paris
chúng nuốt hết ánh sáng của kinh đô ánh sáng
cùng lúc cổ thành Thăng Long những dấu đạn đại bác
không dưng tứa máu
lũ rùa còn sót lại trong hồ Gươm lần lượt tìm cách ra đi
chúng thất tán khắp nơi

có một con đã lưu lạc tới bờ Hắc Hải
nhiều kẻ đang đổ xô đi tìm người thày vị lai
để xin giải những điềm lạ đang cùng lúc xảy ra
tin tức về người thày vị lai bây giờ lại là điều bí mật cấp
thiết nhất của con người
có một điều chẳng ai ngờ
con rùa Hồ Gươm lưu lạc đến bờ Hắc Hải
đã nhìn thấy người thày vị lai dắt một con voọc Chà Vá
chân nâu của Sơn Chà
đứng chờ ngắm mặt trời lên vào lúc nửa đêm
trong khi cơn mưa ở Idaho và ở Hội An bây giờ cùng lúc
rơi xuống những nốt nhạc
và tất cả sương mù của London Santa Barbara đang lãng
đãng bay hết về Đà Lạt
trên những đồi thông ở Đà Lạt từng giọt nắng rưng rưng
tan mất vào những bãi sương mù
nhiều giọt nắng đã băng ghềnh vượt thác bỏ đi

chúng đi tìm lại quê hương của nắng
trong những quán sách dọc hai bờ sông Sein tại Paris
những cuốn sách hốt bay lên và tự lật trang phần phật
triệu triệu những con chữ kêu gào réo gọi nhau rời bỏ
những trang sách
con khỉ đến từ rừng Cúc Phương Việt Nam leo lên gác
chuông nhà thờ Notre - Dame
nó đánh đu giữa những dây cáp lầu chuông và liên tục
kéo lên những hồi chuông dồn dã
những hồi chuông làm náo động Âu châu
âm vang về đến tận Tây Hồ Thăng Long Việt Nam
nhưng vẫn không đủ sức đánh thức con trâu vàng ngủ
dưới đáy hồ mấy ngàn năm thức dậy
chạy đi tìm mẹ nó là chiếc đại hồng chung bằng đồng đen
của hòa thượng Nguyễn Minh Không
Việt Nam cần gióng lên nhiều hồi chuông từ chiếc đại
hồng chung này để đánh thức hồn Việt tộc

NHẬT KÝ THỜI GIAN

hay réo gọi hồn Việt tộc đã từ lâu thất tán
gã cùng tử đã tìm lại được con bọ cạp của mình đang bò
quấn quanh trên những bia mộ vô danh ở tận cùng trái đất
bầy nhện của ký ức mang những cơn mưa về giăng kín
bầu trời sau cuộc lũ
Sài Gòn Hà Nội Hội An và đêm Hải Phòng ngập nước
và những cơn mưa Âu châu Bắc Mỹ những cơn mưa
xuyên lục địa
những cơn mưa làm ướt những đại dương mênh mông
còn những cơn mưa làm ướt những dòng sông
những cơn mưa trường giang tận tụy làm rụng rơi những
đóa bằng lăng tím
mưa tứ bề tám hướng và nước ngập ngập địa cầu
triệu triệu xác chữ bệnh bồng trôi nổi
và triệu triệu xác chữ trầm tích cũng ngoi lên
ngoi lên cùng những dấu tay trên bóng nước ở biển Thái
Bình Dương

dấu tay của những người Việt Nam đã chìm xác dưới
lòng biển trên đường lưu vong hồi cuối thế kỷ Hai Mươi
những xác chữ trầm tích ngoi lên trương phình biến
thành những con tàu dật dờ
dật dờ vô định trên đại dương
trên mỗi con tàu chở đầy dấu tay của những người không
lý lịch
tiếng khóc câm nín của những xác chữ tuẫn tiết
như bài kinh cầu hồn cho những dấu tay có lai lịch hư
không
những con thuyền xác chữ vẫn trôi bềnh bồng đi tìm
người thầy vị lai
trong những kim tự tháp chữ bỗng cùng lúc râm ran
tiếng kinh cầu cứu độ

mười tám: thổ ngơi

trong hơi mưa thơm hoang mang mùi ổi dại
là cơn mưa kéo dài từ bẵng bặt hốt nhiên
những bầu trời, vòm lá và những tiếng gọi không âm
thanh
tuổi thơ nào đã băng qua những cánh đồng không dự báo
những cánh đồng xôn xao náo động của nhân gian
bao nhiêu điều chiêm nghiệm nằm bên trong từng hạt
bụi mịt mờ
và những cánh đồng mặc nhiên u tịch nằm bên kia bờ
kiến giải
với vũ trụ trong từng giọt sương mai trên từng đầu ngọn
gai xương rồng
ánh sáng mặt trời như muốn cất giấu những điều bí mật
của thiên nhiên
những bí mật tồn tại mãi như chưa từng bao giờ hiện
diện
tiếng gọi thất thanh của tuổi thơ vang động khắp cùng

hai bàn chân trần tung tăng chạy nhảy trên mặt đất nồng
nàn mùi thơm sau cơn mưa
những con cánh cam và những trái me keo
từ nhà cô Năm ở giồng Trôm lượn lờ xuyên những ruộng
lúa xanh rờn đến nhà cô Tám ở giồng Sao
và hai con ngỗng trắng
con đường rợp mát hai hàng tre giao nhau
được lót một lớp thảm dày bằng lá tre khô
ra khỏi con đường rợp mát lót thảm bằng lá tre khô là
nắng
nắng chói chang ngập lụt tứ bề trên những gò cao nổng
thấp
nắng bao la khắp cùng không gian giồng Bông quê cha
và trên con lộ đất cát dài chừng một cây số dẫn ra bờ biển
bãi Ngao
chị Tư đã dắt tôi ra bãi Ngao hồi tôi sáu tuổi
để xem một ông Cá voi chết giạt vào bờ

ông Cá voi rất to và đám táng của ông cũng rất to
ngư dân tôn kính cá voi mà họ gọi là Ông
cá Ông
họ tin rằng Cá voi sẽ cứu giúp ngư dân giữa sóng gió đại dương
trong đám táng Cá voi họ ngân nga đọc lên
"ai cũng vậy đâu đâu cũng vậy
đã có Ông cứu giúp ngư dân giữa biển cả bão dông..."
trong mọi niềm tin của người dân quê nhỏ bé luôn có chút gì đó ngây ngô tội nghiệp
sự ngây ngô tội nghiệp vẫn hằng bị bọn con buôn chính trị tôn giáo lợi dụng trong suốt chiều dài lịch sử con người
từ hôm đó đến nay đã hơn nửa thế kỷ tôi chưa một lần quay lại
làng chài bờ biển bãi Ngao ở cạnh làng tôi
làng chài có ngôi mộ Cá Ông
đổ dốc con lộ đất giữa hai hàng me keo xoắn xuýt

tiếp giáp với những gò nổng mênh mông và những ngôi
nhà vườn thấp thoáng
theo chân chị Tư trở về căn nhà của cha má ở giồng Bông
Tân Thủy
căn nhà sân trước má trồng đầy hoa
và sau nhà là vườn mãng cầu dai xanh mát của cha
với hai cây khế ngọt
đến năm chín tuổi tôi theo gia đình rời bỏ làng quê
rồi tôi đi
đi mải miết một cuộc hành hương vào không gian vô định
và thời gian chừng như vô hạn
đi để mà đi!!!
đi để tìm chi???
để tìm cái điều bí mật nằm giữa bóng tối và ánh sáng
điều bí mật được cất giấu bởi thiên nhiên
hay bởi trùng trùng dày đặc nhân duyên
hơn nửa thế kỷ và những cuộc đi

NHẬT KÝ THỜI GIAN

từ bao phố thị phồn hoa đến những sa mạc hoang vu
những cuộc đi đi không ngừng nghỉ
tuy nhiên những hình ảnh tuổi thơ vẫn không ngừng đeo
bám theo từng bước chân lưu lạc
sông biển núi rừng và ruộng đồng thôn dã
mờ mịt khói sương
vẫn lung linh những thước phim ngày mắt xanh tóc xanh
thơ dại nhiệm màu
cây điều rợp lá thắm trái vàng bên hông chùa Cao Đài xế
cửa nhà
cây điều có cái chạc ba êm ái để tôi lên nằm đọc sách mỗi
buổi trưa
với một trái ổi xá lị hay một khúc mía voi
thằng bé sáu tuổi theo chân Tôn Ngộ Không Trư Bát Giới
Sa Tăng Trần Huyền Trang
mải miết rong chơi khắp những phương trời huyễn mộng
của Tây Du Ký

đã bao nhiêu lần nó úp sách vào ngực nhìn qua kẽ lá cây
điều trái vàng lên trời xanh mây trắng
nó tưởng tượng ra thầy trò Tề Thiên Đại Thánh và con long mã đang trên đường đi đến một xứ sở yêu ma diễm lệ nào đó
phía sau những đám mây kia
nó mơ mình học được phép cân đẩu vân như con khỉ Tôn Hành Giả
để vỗ đùi bay lên cung trời đẩu xuất dõi tìm theo Đường Tăng
tháp tùng bọn họ đi Tây Trúc thỉnh kinh
nhưng rồi cũng phải tới lúc Ngô Thừa Ân cho Tây Du Ký chấm hết
sau khi Đường Tăng đã thỉnh được kinh và con khỉ Tôn Hành Giả đã trở thành Đấu Chiến Thắng Phật
thằng bé đã ngẩn ngơ suốt cả tuần
và vẫn nằm mơ thấy câu chuyện Tây Du Ký đi về trong giấc ngủ mỗi đêm

cho đến khi ông anh họ biết chuyện thương tình đưa cho
bộ Thủy Hử
để nó lại theo chân Tống Giang Tiều Cái Lâm Xung Võ
Tòng Lỗ Trí Thâm
lên núi Lương Sơn tụ nghĩa chống lại bọn triều đình hung
ác
và bọn tham quan ô lại để cứu khổ cho dân
ngôi chùa Cao Đài là một trong vài cõi trú êm đềm của
tuổi thơ thằng bé
có một lão rùa rất to to hơn vòng tay của thằng bé thuở đó
nghe đâu lão rùa này đã ngoài trăm tuổi
mỗi tháng lão rùa về chùa vào ngày rằm để nghe kinh
nghe kinh xong lão rùa được cho thụ trai một rổ rau lớn
trộn củ chuối
lão rùa thường để cho lũ trẻ đùa nghịch với lão cả ngày
rồi lặng lẽ bỏ đi lúc nào không ai biết
vài năm sau khi rời khỏi làng quê thằng bé được tin lão
rùa bị một chiếc xe chở hàng cán chết

nó buồn bã cả tuần và rất giận gã tài xế say rượu
một cõi trú êm đềm khác của thằng bé là vườn ổi xá lị
của dì Ba
cạnh bên có một ruộng mía voi rất tuyệt vời
ổi xá lị mía voi những thứ cây trái ngon nhất trần gian
và những khúc phim màu cỏ úa
có con chó mực đưa đón thằng bé đi và về học ngày bốn
bận
có con cá rô bắt được ở bờ ruộng hôm tan trường ra cùng
lũ bạn gặp trời mưa
con cá rô được bọc trong túi quần short
mang về thả xuống cái giếng ở vườn nhà
mấy tháng sau trong một lần xách nước
chị Tư đã kéo được lên trong thùng một con cá rô mề to
tướng
bữa cơm chiều hôm ấy nhà có thêm món cá rô chiên
cha nói ở đâu ra trong giếng nhà mình có con cá rô mề

má cười chắc thằng Tám nhà mình lại bắt ngoài ruộng
mang về nuôi đấy thôi
lại thằng Tám
thằng Tám và những chuyện hoang đường như trong Tây
Du Ký
hay lâm nguy bất cứu mạc anh hùng Thủy Hử
ở cõi nhân gian
giấc mơ thời thơ ấu là giấc mơ nhiều quyền năng nhất
trong cuộc đời của một con người
vì trong đó thơ ấu chắc chắn có được bất kỳ phép lạ nào
mà nó mong muốn

mười chín: những cơn mưa trên mây

bao di chỉ đào lên từ trầm tích của quá khứ lần lượt được trưng bày
cuộc trưng bày rất riêng trong góc hầm tưởng niệm
con diều giấy xanh đỏ tím vàng đang ngất ngưởng vi vu bay lượn
bỗng nổ tung trên bầu trời mùa hè lụt nắng
phơi bộ xác nan tre và những manh giấy màu trên mặt cát bỏng
gió trốt xoáy cuộn cuối chân mây và bụi mờ chìm dưới làn hơi mưa
cơn mưa bỗng như ngừng ngay từ lúc mới bắt đầu
mùi mưa và mùi nắng quyện vào nhau nồng nàn xông lên từ đất
bầy cánh cam là những con tuấn mã
kéo chiếc hộp giấy là chiếc xe chở đầy mộng mị về chốn không đâu
trên chiếc xe mộng mị có chiếc nỏ thần bằng sừng trâu đen bóng

túi đạn đất sét viên tròn nung bằng lửa rơm
thứ vũ khí thần kỳ để Caligula hái những vì sao trên trời
và bắn rụng những trái quả trần gian quê cha đất mẹ
trên chiếc xe mộng mị còn có cây hòn bằng rễ bần lên nước
cây trống bằng khúc tre đặc ruột
con ngựa đất sét xích thố tự nắn tự vẽ
cây súng bắn pháo que diêm và vô số những thứ không tên khác
tất cả đã được chiếc xe mộng mị chở đi mất hút khi mùa hè vừa cạn nắng
còn lại chiếc bình mực xanh lật úp không đổ
và cây bút ngòi lá tre
những cuốn tập có kẻ hàng pháp khí pháp bảo của tuổi thơ
những lần được nằm võng cùng cha để nghe ông nói thơ Lục Vân Tiên
"trước đèn xem truyện Tây Minh

nực cười hai chữ nhơn tình éo le
ai ơi lẳng lặng mà nghe"
giọng cha sang sảng ngân nga trong cái tịch lặng của buổi
trưa thôn dã
nhớ lần cái tổ chim trong vườn mãng cầu sau nhà có ba
con vừa nở
ba con áo dà chút chít
cái tổ chim được thằng bé thầm lặng canh chừng bảo vệ
mỗi ngày
để cho con chim mẹ đi kiếm mồi về nuôi con
phải gần hai tuần sau ba con chim non mới có đủ bộ lông
cánh màu nâu
và bắt đầu chuyền bay được
thằng bé khám phá ra hạnh phúc của việc quan tâm bảo
vệ và lo lắng cho kẻ khác
nó muốn làm một Robin Hood đi rong ruổi làng trên
xóm dưới cứu khổ phò nguy

để mỗi đêm trăng nó đi trên con đường làng thênh thang
nhìn thôn xóm ngủ yên
dưới bàn tay chăm sóc của nó
chiếc xe mộng mị đã mang theo những ước mơ và những cơn mưa
những cơn mưa không kịp ướt đất
những cơn mưa đã vội ngừng ngang khi mới bắt đầu đổ hạt
những cơn mưa bóng mây và luôn ở cuối những chân trời
những chân trời viễn mộng xôn xao
những chân trời dường như không có thật mà cơ hồ đang ở ngay trước mắt
thằng bé rời khỏi làng quê rồi lớn khôn đi khắp cùng trái đất
hơn nửa thế kỷ nó đã đến rồi đi không biết bao nhiêu cõi miền xa lạ

nó chưa hề một lần gặp lại giấc mơ của mình trên chiếc
xe mộng mị ấu thơ
chiếc xe mộng mị ấu thơ đã đi miết biệt vào không gian
vô tận
và những đám mây ngày ấy
những đám mây chưa kịp rơi xuống thành những cơn
mưa
những đám mây bây giờ trôi dạt về đâu
con đường làng con đường trăng những dấu chân mịt mờ
Robin Hood
có còn vầng trăng thơ dại hay nó đã bị Caligula lấy đi mãi
mãi
âm ba tiếng sóng biển bãi Ngao cồn Hố như vốn bùi ngùi
đã tự bao giờ
từ cái thuở má sinh tôi ra trong một đêm khuya khoắt
giữa một cánh rừng trên một cái cồn đìu hiu có tên là cồn
Hố

sau này thỉnh thoảng má kể lại như nhắc về một giấc
chiêm bao xưa cũ đã chôn sâu trong tàng thức
má nằm vượt cạn trên những chiếc chiếu trải chồng lên
nhau
trong ánh đèn dầu tù mù ngoài cha và các anh chị vây quanh
còn có bác Ba và bà Mụ tên Út Chấm do cha đón từ bãi
Ngao về
cành lá bần vẫn trập trùng xào xạc bốn bề
dưới những bãi ô rô ngập ngập thỉnh thoảng vẫn có tiếng
một loài thủy quái quẫy nước vang lên quạnh quẽ
từng bầy đom đóm ẩn hiện gần xa như những thần thức
bơ vơ đi tìm chốn nương thân
thằng bé đẻ ngược bước hai chân vào đời
lẫn trong tiếng thở gấp của má tiếng bà mụ Chấm kêu
lớn: "Thằng bé ra ngược ông Tư ơi, tôi phải ráng!"
như thiên nhiên mật thùy khai thị cho là một thứ ấn dấu
riêng

câu hỏi đầu tiên về thiên nhiên vũ trụ là mặt trời mọc lên
từ lòng biển rồi chui xuống lòng đất
hay mọc lên từ lòng đất rồi chui xuống lòng biển
sau này còn nhiều cảnh tượng khác như mặt trời mọc lên
từ sườn núi và chui xuống bìa rừng
cũng có thể mọc lên từ lòng người rồi chui xuống những
lòng mộ âm u
mường tượng như có một thế giới khác nằm bên trên
những đám mây
thế giới của những thiên hà ngày ngủ đêm thức
thế giới rất riêng của tuổi thơ mộng mị
vì chỉ tuổi thơ mới có thể xâm nhập vào thế giới này
và ở đấy tuổi thơ có tất cả phép màu linh thiêng
để nhìn thấy tất cả cảnh giới nằm bên ngoài sự hiểu biết
bình thường
bầy rồng sẽ vươn lên từ dải núi mù sương
những con chim phượng chim hoàng múa lượn trên cánh
đồng ánh sáng

NHẬT KÝ THỜI GIAN

trẻ con sẽ bay chơi cùng chim muông mà không cần có
cánh
cái thế giới mà mọi loài đều có thể dễ dàng tự nhiên giao
cảm cùng nhau bằng một thứ ngôn ngữ dị thường
trên cây ổi xá lị có thể mọc xen vào những trái táo
trên cánh hồng nhung trổ ra vài đóa cẩm chướng hay
phong lan
vạn vật thiên nhiên như cùng nhau hài hòa bất tận
khúc hòa âm miên viễn
những đám mây trĩu nặng những hạt mưa vần vũ không
chịu rơi đi
những cánh buồm căng gió vị lai nhưng không chịu lìa
xa hiện tại
phút thiêng giấc không cùng
đi về lẩn hoang vu
bào gió dặn dò buổi chiều khuất mặt
những đám mây lưu niên tàn lụi
những đám mây lưu niên bốc cháy thinh không

bức phù điêu chuyển động bất tận trên trời xanh
những nét phù điêu sót lại trong tâm thế mòn mỏi
hơi nước ràn rụa theo sau làn khói hương bất tất
lời chú nguyện ngào nghẹn lạc vào chân không
cuộc rượt đuổi không ngừng nghỉ của những chuyển động bất toàn
lá chắn vô thức nằm ngoài phút hồi tưởng
trong cơn đại định đã có lúc nó biết rằng ai chính là người thấy vị lai truyền thuyết
tuy nhiên bên trong chuỗi nhớ vẫn có những phút quên
hà huống gì trong một chuỗi quên thì một phút nhớ chỉ là hạt bụi
dù sao cũng là hạt bụi trên mép bờ tỉnh thức
bầy còng gió chạy vô hồi trên bờ biển bãi Ngao
phải chăng là bầy dã tràng chạy băng băng trên bãi cát cù lao Chàm Hội An dạo nọ
hóa ra còng gió là dã tràng trên những vùng miền cách trở

NHẬT KÝ THỜI GIAN

cuộc hành hương một đời hành hương
như để đi đến hay để cố tìm cho ra một chân trời không
có thực
một thế giới ẩn mật
thế giới mà qua hai thế kỷ trôi nổi giữa nhân gian vẫn
như ẩn hiện
thế giới bên trên những tầng mây
khuất sau những tầng mây
thế giới của mộng mị trẻ thơ
thế giới của những đám mây không chịu làm mưa
những đám mây ứng thủy
những cơn mưa trên mây

hai mươi: mùa nhật thực

con bọ cạp đi loanh quanh đến bờ Biển Chết rồi được gã
cùng tử tìm được đưa về đại mạc
cuộc phiêu lưu mang ý nghĩa tìm lại tự thân
nàng gái điếm chờ mãi một con lạc đà đã thấy trong giấc
mơ
nhưng dường như con lạc đà đã bỏ giấc mơ của nàng gái
điếm để dõi theo những thiên hà nằm bên kia vũ trụ
nàng gái điếm trở về hang động bản lai
rồi vào một cơn đồng thiếp để réo gọi con lạc đà
những thiên hà bên kia vũ trụ hốt nhiên náo loạn
lũ nòng nọc trong những trứng mưa đột nhiên uốn éo
thành những dấu hỏi
những dấu hỏi bay vần vũ khắp trong và ngoài vũ trụ
đồng phát ra một chuỗi âm thanh liên tục và bất biến
chuỗi âm thanh là lời chú nguyện miên viễn của hư vô
lời chú nguyện về những sinh mệnh đã được ấn chứng
của thiên nhiên

những sinh mệnh thường hằng nhưng dường như chưa
một ai từng thấy được
nhìn thấy được bằng CON-MẮT-TRẦN-GIAN
và dấu chân nguyên còn để lại ở BỜ KHÔNG
úp bàn tay xóa làn hơi mưa trong trí nhớ
cây chùm gởi trong MẶT NA THỨC đã đơm hoa
chừng như trái thấp thoáng kết ở cuối bờ vọng tưởng.
những dòng sử biên niên tứa máu
mỗi giọt máu mỗi khác màu lấp lánh
cái lấp lánh riêng biệt thuộc về bóng tối
bóng tối rùng rùng chuyển động về một phía không nhất
định
âm thanh của thiên binh vạn mã của vạn đại trùng khơi
không át được tiếng nổ khủng khiếp của mặt trời ở phút
tự lâm bồn
là phút tử sinh của những nguồn cội nhị nguyên
là phút hiển lộ cái bí mật khủng khiếp giữa bóng tối và
ánh sáng

dòng cát đang chảy dừng lại giữa thinh không
kim đồng hồ đứng sững
mặt trời tự lâm bồn đẻ ra chính mình
mặt trăng dắt những thiên hà bên kia vũ trụ chạy về vô
biên xứ
triệu tỉ con nòng nọc triệu tỉ những câu hỏi
bung ra từ triệu tỉ những trứng mưa
ngay giây phút đó, Simba chào đời
Lion King, con gái bố cũng đã chào đời trong một phút
giây huyền nhiệm như vậy
cô y tá đưa ra một chiếc khăn lông màu xanh mát,
"Một bé trai kháu khỉnh!"
bà bác sĩ lắc đầu, "Không, một công chúa xinh đẹp chứ,"
và đưa ra một chiếc khăn màu hồng
tôi nhích bước tới và nói, "Để tôi kiểm chứng."
bà bác sĩ mỉm cười, đưa tôi một cái kéo
bà nói, "Ông có muốn cắt rốn cho cháu không?"

tôi đáp, "Dĩ nhiên rồi."
và tôi bước hai bước ngắn như đi trên một từng mây
đến bên đứa con mới sinh của tôi đang nằm trong vòng
tay cô y tá
tôi nhẹ nhấc chân của bé lên và reo khẽ, "Ôi con gái của
tôi! Con gái của bố."
bà bác sĩ và cô y tá cùng cười
căn phòng sáng rực lên trong tiếng nhạc của vũ trụ
tiếng nhạc của tâm thức vũ trụ trong cái cảm nhận òa vỡ
của tôi.
Năm một ngàn chín trăm chín mươi bốn
tám năm sau tôi và con gái đi xem phim Lion King
tới đoạn hoàng tử Simba vừa chào đời
vua sư tử nâng con mình khỏi đầu hướng lên trời xanh
với những lời chú nguyện về một tương lai và trách nhiệm
vĩ đại của Simba
phù thủy Rafiti quân sư của vương quốc đã tiên đoán như
vậy,

nhớ không con gái ngày hôm ấy,
bố từng nói với con gái, "Con đã sinh ra như Simba
với tương lai và trách nhiệm cùng lớn như nhau."
con gái hỏi bố, "Nhưng con đâu phải hoàng tử vì bố
không là vua"
bố đã cười xoa đầu con gái và hỏi lại, "Tên của con là gì
nào?"
con gái giụi đầu vào ngực bố, nói: "Tên con là Bông Giấy,
là Dã Chừng"
nhớ không con gái? Bố đã bảo con, "Bông Giấy là tên gọi
ở nhà, Dã Chừng là tên con làm thơ."
tên khai sinh bố đặt cho con là Âu Cơ
mai mốt bố dạy con lịch sử Việt Nam con sẽ biết Âu Cơ
là ai.
đến nay tôi nghiệm ra rằng, đời người thường là những
mơ ước tiếp nối những mơ ước
phía sau những mơ ước là một chân trời không có thực.

hai mươi mốt: đại hồng thủy

vì là chân trời không có thực nên nó đầy đủ mọi tốt đẹp
hoàn hảo nhất trong vọng tưởng của con người
và vọng tưởng thì luôn chìm khuất vào nhau
vọng tưởng này chìm khuất vào vọng tưởng kia
từ những ước mơ sau tiếp nối ước mơ trước
cứ vậy trùng trùng không dứt và dày đặc ngược xuôi
như sóng biển trong cơn gió động liên miên đan xen bất tuyệt
đất và trời nhìn nhau không rõ mặt
rồi bỗng nhiên cơn đại hồng thủy dâng lên giữa thinh không
trôi lẫn điệp trùng trong đại hồng thủy là trập trùng tả tơi
xác những đóa hoa to lớn dị thường
đã từng được nhiều người chui từ ruột núi lửa mang ra
xác của loài sinh vật nhỏ li ti thối rữa trên những đóa hoa to lớn dị thường
giờ đây hòa trộn trong đại hồng thủy
nhân loại chết không kịp đếm

bao cuộc hỏa táng tập thể
dầu thô bây giờ được bọn đầu nậu thương buôn vật nài
tặng không và biếu thêm tiền
những cuộc buôn bán trao đổi trên hành tinh và ngoài
hành tinh
những cuộc hỏa táng bằng dầu thô trên mặt đại hồng
thủy
lửa khói bốc lên thành những đám mây đen và đỏ
rồi rơi xuống thành những cơn mưa tiếp sức cho cơn đại
hồng thủy
nhân loại rũ rượi và trái đất chìm dần vào bóng tối
mỗi con người tự phán xét chính mình
tự nhận diện chính mình
cơn đại hồng thủy dâng cao dâng cao chạm mặt trời
rồi cuốn theo mặt trời
mặt trời vùng vẫy quẫy lộn trong cuộc chống trả tuyệt vọng
hơi thở nhân loại thoi thóp đâu đây

NHẬT KÝ THỜI GIAN

có tiếng trẻ thơ khóc bên vệ đường hư vô
và tiếng trống thúc quân từ một cảnh giới xa lắc
cơn đại hồng thủy vẫn hoành hành giữa thinh không
nhân loại từng đoàn từng đoàn lũ lượt kéo nhau đi
số lượng trong từng đoàn nhiều ít khác nhau
mỗi đoàn cũng đi về một hướng khác nhau
họ đi dưới cơn đại hồng thủy vẫn đang hoành hành giữa
thinh không
và đi về đâu chẳng biết!!!
họ đi trong một thứ ánh sáng trắng xanh
vì mặt trời đã quay trở lại
quay trở lại với một gương mặt khác
gương mặt trắng xanh
mặt trời thiếu máu
tầng ozone bọc chung quanh trái đất bây giờ đậm đặc
không gian phập phồng chuyển động và những kim tự
tháp chữ đồng loạt mở ra

có tiếng kêu la tuyệt vọng của những con thú hoang dã
từng đoàn người vẫn tiếp tục túa đi không định hướng
ở mỗi kim tự tháp chữ bỗng cất lên một giọng hát ngất ngưởng
giọng hát như nhẹ nhàng bay vút lên và lan ra vô cùng tận.
tro bụi của những xác người chết vì cơn đại hồng thủy như rủ nhau cùng tụ lại
từng đám tro bụi vân vi bay tìm nhau
sáp nhập vào nhau hòa trộn vào nhau thành những đám mây bay rất thấp mang một thứ màu lấp lánh không thể gọi tên
chỉ có được cảm giác đó là màu của sự còn lại
sự miên viễn
những người sống sót
mỗi người tự nhận diện chính mình
hơn một nửa trong đám nhân loại sống sót

NHẬT KÝ THỜI GIAN

bị bệnh mất trí nhớ
nên cuộc nhận diện xem chừng khó khăn vô tưởng
cái tôi trong mỗi người
cái tôi trước và sau cơn đại hồng thủy không nhớ được
mặt nhau
nên rất nhiều kẻ đã thất lạc chính mình
hội chứng này được gọi tên là "thất lạc tự thân"
từ đó, trên khắp mặt địa cầu luôn có những kẻ lang thang
đi tìm lại tự thân
tìm lại chính mình.

hai mươi hai: nguyệt thực

(đèn không hắt bóng)
con trăng chết trôi từ Mỹ Sơn
xác vỡ tung vật vờ trên sông Hoài
mỗi mảnh trăng nằm trong một chiếc thuyền giấy
tỏa sáng lung linh trên một mẩu nến và bập bềnh bập
bềnh như theo dấu trăng từ một thuở
đêm trải ra trải ra đây đó vài vạt sáng và những vạt mơ hồ
trên bờ sông Hoài
người ngồi uống rượu một mình bên chiếc bàn nhỏ
trên bàn có chiếc đèn dầu liu riu hiu hắt
đèn không hắt bóng
bóng của người đã đứng lên qua ngồi đối diện với người
người cong tay rót rượu
bóng vòng tay nâng ly
bóng cười khẽ: (nhập nhòe biến tái có định hình)
uống mừng cho sự độc lập của mỗi chúng ta
người cười khảy: (đôi mắt như nhìn ngược vào nội tại)

độc lập chỉ là một khái niệm trong từ ngữ
không hề có sự độc lập trong cõi này hay bất kỳ đâu
(bóng chao động vẻ phấn khích): chứ không phải tôi đang
ngồi đối diện ông đây sao?
tôi từng là cái bóng của ông
người bình thản: thì bạn vẫn luôn là cái bóng của tôi
người nhếch môi khẽ khàng: thực ra bạn cũng là tôi bạn ạ
bóng nhập nhòa chao động mạnh hơn
giọng phấn khích mãnh liệt hơn:
tôi sẽ thực hiện cho bằng được sự độc lập của tôi rồi ông
xem
người đưa tay vuốt mặt lắc nhẹ đầu:
một cố gắng tuyệt vọng bạn ạ. Bạn quên cái chân lý bất
nhị rồi sao
những gì tôi biết bạn cùng biết mà
vì bạn cũng chính là tôi
bóng xao động run rẩy dợm chân đứng lên:
bắt đầu từ giờ phút này tôi sẽ tách rời khỏi ông

vậy chứ ông không nhận ra là tôi đang đối diện và đối
thoại với ông ư?
câu sau cùng bóng lên giọng đầy vẻ khiêu chiến
người gật gù lùa tay vào tóc giữa đỉnh đầu:
đây là trò chơi của trí tưởng
nó sẽ dừng lại bất cứ khi nào chúng ta muốn
bóng gần như nhảy lên, mừng rỡ:
đây nhé, ông vừa dùng hai chữ "chúng ta"
chúng ta là có ông và có tôi
người cười lớn cắt ngang: chúng ta, chúng tôi hay chúng
mình gì cũng vậy
cũng là tôi và cái bóng của tôi
tất cả những nhị nguyên đối đãi đều là một và hư huyễn
bạn cho rằng tôi với bạn là hai
vậy lúc tôi nằm trong bụng mẹ thì bạn đang ở đâu?
Bạn chỉ xuất hiện và xuất hiện kề bên tôi xoay chuyển
xung quanh tôi và dưới chân tôi giữa bất cứ thứ ánh sáng
nào đó

và bạn bước ra từ bóng tối trong tôi
để tôi nói cho bạn nghe rốt ráo của nhị nguyên đối đãi là
sống và chết
theo thế gian thường tình thì lúc một người được sinh ra
khỏi bụng mẹ là lúc hắn bắt đầu cuộc sống
nhưng hầu như không ai nghĩ ra rằng thì hắn cũng đang
bắt đầu cái cuộc chết
hắn sống một giây một giờ một ngày là hắn cũng chết
một giây một giờ một ngày
cứ vậy thành tháng thành năm năm này qua năm khác
cái chết và cái sống của một con người song hành với nhau
không, phải nói sống và chết của một đời người diễn ra
trong cùng một không gian và thời gian
sống và chết nhập vào nhau làm một không nhận diện
được nhau không phân biệt được nhau
thể và tính tưởng chừng đối chọi nhau nhưng lại hòa điệu
cùng nhau một hòa điệu bất khả phân biệt

thể và tính của sống và chết có một hòa điệu bất khả phân
biệt như vậy
để đi đến một cái dụng bất khả phân ly là không thực sự
có bắt đầu và cũng không thực sự có chung cuộc
bởi vì khi thân xác một con người ngưng hoạt động hay
bị hủy diệt
chỉ có nghĩa là sự sống và sự chết của người đó đã ngưng
hoạt động trong thân xác đó
thân xác đó có thể bị hỏa thiêu hay vùi chôn rồi biến rữa
theo thời gian
nhưng sự chết và sự sống của cá nhân đó vẫn tiếp tục tồn
tại và tiếp diễn trong một không gian và thời gian nào đó
mà bạn chưa sờ biết được
giọng của người rành mạch, rõ ràng đầy tính khẳng quyết
người dứt lời đưa tay nâng ly rượu nốc cạn
bóng cũng run rẩy chập chờn vòng tay nâng ly rượu của
mình lên

NHẬT KÝ THỜI GIAN

màu trăng trong không gian như bị loãng ra và lung linh
tiếng những con chim đêm gọi nhau từ một góc trời xa
tiếng gọi lạnh lẽo vật vã chìm lẫn trong màu trăng đục
hốt nhiên như có tiếng rít của gió trong màu trăng
như có tiếng khóc của gió trong lòng sông
những mảnh vỡ của trăng trên mặt sông không bảo nhau
mà quần tụ lại
loang loáng chảy ngược về hướng đầu nguồn
dòng trăng chảy thê thiết mê miết ngược dòng sông
dòng trăng đang chảy bỗng dần uốn éo rời khỏi mặt
sông
rồi uyển chuyển bốc lên thành một dải lụa trăng
và như có sức hút từ vành trăng vàng trên bầu trời xanh
thẳm
dát lấp lánh những vì sao như trong một điệu luân vũ
mênh mông
dải lụa trăng từ từ vươn vút lên vầng trăng

cuống quít tuôn nhập vào vành trăng
hòa biến vào vầng trăng
thời gian dần cuộn xoắn lại chênh vênh
đến khi vầng trăng nuốt hết dải lụa trăng thì toàn không
gian thẳm lại thành một màu như đen không phải đen
mà biếc thăm thẳm biếc
màu của vô cùng
vạn vật vạn pháp chìm chìm đắm đắm trong màu của vô
cùng

hai mươi ba: biển có cùng là biển

con hồng nhạn bay theo vết nứt trên mặt Thái Bình Dương
bay phiêu bồng trong nắng gió mưa bão và bay qua đêm
qua ngày
bay trên trùng trùng những con sóng và bay thức ngủ
liên hồi
một cuộc bay không ngừng nghỉ
những cuộc bay không ngừng nghỉ
những cuộc bay từ vô thủy để dẫn đến vô chung
không, mà mở ra là một cuộc bay bất chợt
vết nứt trên mặt Thái Bình Dương mở ra những vết nứt
khúc xạ
nhiều những vết nứt khác hằng hằng những vết nứt liên
tâm
là hằng hằng những cánh hồng nhạn lạc bầy dun dủi
đã có những bóng hồng nhạn đi đến cùng trời cuối đất
những cánh hồng nhạn hay những cánh chuồn chuồn
thất lạc

những cánh chuồn chuồn vui đậu buồn bay
những vết nứt chằng chịt trên mặt Thái Bình Dương khởi đi
dẫn đến những bến bờ xa lạ miên man và bủa ra những vết nứt trên mặt những đại dương khác
nhưng mãi mãi ở lại trong lòng Thái Bình Dương là những nấm mồ không dấu vết
vô số những nấm mồ không dấu vết bồng bềnh bồng bềnh
thời đại của đủ loại mộ chí và nghĩa trang
trên trang giấy là biển dâu của chữ
rải rác đây đó là những nấm mồ của chữ
những nấm mồ có mộ bia và những nấm mồ không mộ bia
những nấm mồ trên những trang giấy trắng và những nấm mồ trên những trang giấy đầy chữ
những trang giấy mênh mang như những mặt biển mênh mang

từ Thái Bình Dương dẫn qua Đại Tây Dương và những
đại dương khác
và thực ra không có lằn biên nào cho những trang giấy
trắng hay những trang giấy đầy chữ
cũng không có lằn biên nào cho Thái Bình Dương hay bất
kỳ đại dương nào dù hiện diện trong hay ngoài trái đất
rốt ráo biển nào cũng cùng là biển
và như vậy trang giấy trắng hay trang giấy đầy chữ cũng
không có gì khác biệt
chỉ là trang giấy có những nấm mồ của chữ
những nấm mồ có mộ bia và những nấm mồ không có
mộ bia
chỉ còn lại là một chút hư không trong cái vô cùng tận
của hư không

hai mươi bốn: lịch sử

lật bàn tay ta thấy toàn lịch sử
úp bàn tay thì lịch sử hoang mang
tuy nhiên mỗi bàn tay là lịch sử mỗi nhân thân
để tìm biết một trang lịch sử của tổ quốc
chúng ta cần đọc qua vô số mộ bia
và khai quật lên vô số mộ phần
còn nữa nhiều nhiều nữa những người chết chỉ vùi trong
đất hay chìm giữa biển khơi
nổ tung xác giữa không gian và... và...
những cái chết biển biệt không vết tích không âm thanh
còn nữa những cái chết tập thể cùng lúc nghiễm nhiên
thành ra một trang lịch sử
từng trang từng trang
và nhiều nhiều trang như vậy
vô số trang lịch sử hình thành một tổ quốc
vô số trang lịch sử
vô số sinh mạng con người nối kết để thành một tổ quốc

suy ra, ý nghĩa của một tổ quốc có gì khác hơn là thời
gian và vô số sinh mạng những con người
bề dày của lịch sử làm thành một tổ quốc
bề dày của lịch sử là thời gian và sinh mạng những con
người
mà thời gian của thời gian là vô cùng tận
rốt ráo một câu hỏi tối hậu cần được vẽ ra mà treo lơ lửng
giữa không gian
là sinh mạng của toàn thể nhân loại trên địa cầu này cũng
là vô lượng số chăng?
đây là những câu hỏi cực kỳ hệ trọng đặt ra cho con người
ở bất kỳ thời đại nào
câu hỏi cần được vẽ ra lơ lửng giữa không gian bất tận
lịch sử lịch sử lịch sử từng con người lịch sử mỗi quốc gia
và lịch sử nhân loại tất cả tất cả
vô cùng cần thiết có những ý niệm mới và tình huống
mới

phải gột rửa để chuyển sinh chuyển sinh qua một kỷ
nguyên khác
để hình thành một thế giới khác
một thế giới hoàn toàn khác
hoàn toàn khác với cái thế giới đã quá cũ kỹ hiện nay

hai mươi lăm: chương cuối

(kết thúc là bắt đầu)
những tinh hà vẫn tiếp tục sự sinh tồn hay hoại tử của nó
những hành tinh vẫn chuyển động đan xen
những định tinh câm nín tịch lặng
tôi và em như hai hành tinh đã gặp gỡ nhau
gặp gỡ nhau bởi đã có một cuộc ước hẹn từ mấy ngàn năm trước
cuộc gặp gỡ vướng phải chút trễ lệch với hạn kỳ định ước
đáng lý ra mình đã phải cầm tay nhau từ những năm cuối thiên niên kỷ trước
phải qua thập niên đầu của thiên niên kỷ mới mình mới thấy được mặt nhau
tuy nhiên có hề chi có hề chi
chúng mình vẫn kịp lúc cùng nhau để bắt đầu một thiên niên kỷ mới
và dựng nên một kỷ nguyên ra ngoài những ước lệ của nọa tính con người

những nọa tính mà từ bao lâu rồi từng nhốt con người
vào vòng hệ lụy của trần gian
mường tượng như suốt chiều dài lịch sử con người
đã chưa có một ai thử định nghĩa con người là gì
"con người là gì?"
xin công bố ra đây cái định nghĩa con người là gì của riêng tôi
chỉ là những suy nghĩ và chiêm nghiệm mà tôi đã lấy ra
được từ ánh sáng và đem vào bóng tối
rồi từ bóng tối tôi đem ra nghiệm thu lại dưới một thứ
ánh sáng khác
thứ ánh sáng không nằm trong bất cứ tín thể nào
nhân thú tính quỷ ma tính thánh thần tính và ngay cả vô
tri tính
con người là gì?
là cái gạch nối cho vạn vật trong vũ trụ
những vật đã từng được biết tới và cả những vật chưa
từng được biết tới

con người cũng còn là cái gạch nối cho vạn vạn pháp
những pháp đã có đã mất những pháp đã hiện diện và
những pháp chưa từng có
tất nhiên con người cũng là gạch nối cho thánh thần và
ma quỷ cho thiện lương và ác độc
còn tôi và em tôi và em là hai gạch nối trùng lặp nhau
hoàn toàn giống nhau nhưng lại hoàn toàn khác nhau
điều cực kỳ lạ lùng là chúng ta vô cùng chống đối nhau
nhưng lại vô cùng đồng ý nhau
sự thể này đến nay tôi vẫn chưa tìm ra lý giải
nhưng tôi không coi nó là một thách thức mà là một
đương nhiên
như tôi đã tìm ra được đáp án câu hỏi con người là gì
đúng vậy - con người là vạch nối cho vạn pháp và vạn vật
cứ thử nghĩ nếu không có sự hiện diện của con người
trên trái đất lồi lõm này
thì không tự thể của vật nào hay pháp nào nói lên được
cái diệu dụng của chính nó

vạn pháp và vạn vật sẽ không nhận diện và tương ưng
được với nhau nếu không có sự hiện diện của con người
không có con người thì không có gì cả
hoàn toàn không có bất cứ gì
không vũ trụ và không luôn cái mà con người gọi là thinh
không
bởi vì tên của vạn pháp vạn vật cũng do chính con người
mà có
do chính con người gọi tên từng vật từng pháp đó
như tôi gọi em là Meo và em gọi tôi là Cún
dưới thứ ánh sáng ngoài ánh sáng
thứ ánh sáng ngoài mọi tín thể
tôi nhìn thấy em cũng như em nhìn thấy tôi cùng lúc
mình nhìn thấy nhau đứng riêng ngoài mọi ước lệ
những ước lệ thường hằng
nhưng những ước lệ này cũng là sản phẩm từ những nối
kết của con người

những nối kết vừa quấn quít nương tựa vừa chèn ép ức
chế nhau
và tự con người nối kết tất cả những hệ lụy này thành một
vành đai kiên cố để giam hãm mình trong đó
trong ngập ngụa giữa bốn bề và trên dưới dày đặc sương
mù
thứ sương mù thăm thẳm vô cùng tận
thứ sương mù thành tựu của riêng tôi
tôi đã tìm ra được và gọi tên được nỗi thống khổ bất khả
đương cự này
em biết không tôi muốn dắt tay em chúng ta cùng nhau
đi ra khỏi cái hiu quạnh của con người
cái hiu quạnh mà dù bao nhiêu tỉ con người vẫn được
chia đều ra cho mỗi con người một quạnh hiu riêng lẻ
con người là vạch nối cho vạn vật và vạn pháp
nhưng mãi mãi - có phải là mãi mãi?
con người không bao giờ làm gạch nối được cho nhau

tôi muốn cùng em dựng một kỷ nguyên mới ra ngoài
thiên niên kỷ mới
ra ngoài mọi nối kết do con người tự tạo nên thành hàng
rào để con người tự vây hãm mình
phe nhóm đảng phái bộ tộc quốc gia
niềm tin tôn giáo và gì gì nữa
tất cả tất cả đều là những vòng rào hệ lụy để con người tự
đày đọa khổ sai mình trong đó
trong những vòng rào do chính con người nối kết vạn vật
và vạn pháp kiến tạo nên
rồi cũng chính con người trong cái hàm hồ vô cùng tận
lại cho rằng vạn pháp và vạn vật là những ngẫu tính tự
nhiên.

Hoàn thành Tháng Tư, 2023.

Lời bạt:
"*tiếng đàn bầu khúc khắc điệu Jazz*" hay những vũ trụ quan biến ảo...

Khánh Phương

Trường ca *"nhật ký thời gian"* được nhà thơ Trần Nghi Hoàng khởi viết vào tháng Bảy năm 2008 và hoàn thành vào cuối tháng Tư năm 2023. Thời gian để thực hiện và hoàn thành nó kéo dài trong vòng gần 15 năm – con số đủ cho thấy sự bền bỉ của người thơ nuôi nấng và tiếp sức cho một nguồn cảm hứng thống lĩnh và xuyên suốt. Nhưng con số ấy còn nói lên một điều gì đó khác nữa.

Trường ca này chính ông đã SỐNG nó suốt 15 năm, giữa cơn mộng thức nhiều lúc trở thành mê man hay mê sảng của thế giới hình ảnh siêu thực, âm thanh hữu thanh và vô thanh, những nghịch lý của tư tưởng và tâm tưởng, những thách đố của trí tưởng tượng. Những mảnh SỐNG tươi rói ứa tràn năng lượng và sinh lực từ bất kỳ lứa tuổi nào, năm tháng nào từng trải, bất cứ phương chiều nào của tâm thức hốt nhiên đồng hiện trong cái không gian nở phồng căng, nở tung đến vô cùng như một vụ nổ tạo sinh vũ trụ của bài thơ.

Ảnh tượng của gần năm mươi năm về trước choán đầy như vừa được khai sơn phá thạch tạo tác. Những suy tưởng vụt hiện lại là chủng tử mầm mống từ ngàn hay chục ngàn, thậm chí tỷ năm trước. Cái hỗn độn kỳ ảo của thực tại và tâm tưởng mà người thơ dùng phép màu ngôn ngữ tạo nên không chỉ muốn phá tung trật tự vốn có của thế giới đang có mà con người dùng lý trí để kiến tạo sao cho phù hợp nhất với sự thuận lợi của mình trong cuộc tồn sinh và thuận lý với tâm trí mình, không chỉ để gây sự thích thú và niềm hoan lạc của trò chơi tạo - sinh, mà còn thúc bách phải mở ra những vô biên choáng ngợp của cảm giác, kinh ngạc của vẻ đẹp và chứng nghiệm.

* * *

Tập Trường ca bao gồm 25 chương, được đặt tên bằng những hình ảnh thực hoặc siêu thực, dài khoảng 1200 dòng, có chương chỉ gồm hai câu súc tích, như nhiên tựa một lời mặc khải, có chương chồng chất hình ảnh, cảm giác, tưởng tượng dường như miên viễn không dứt mà âm ba của nó còn dội vang trong tiềm thức người đọc ngay cả khi người thơ đã bắt đầu một chương khác. Có chương mà ngôn ngữ kể chuyện giản dị tưởng như đơn nghĩa, có chương lại là những thách thức về ngôn ngữ bởi trùng điệp những biểu tượng và suy tưởng đan xen quấn quýt mà thoạt tiên tưởng chừng lộn xộn, có chương tràn ngập những hình tượng thơ mộng ngọt lành của tuổi ấu thời, có chương như một câu chuyện thần thoại hoang đường chất chứa những kinh hoàng của thuở huyền sử hoang sơ tàn nhẫn, chết chóc.

Trường ca cuốn vào chính nó cả bạo liệt, tàn khốc của nhiều thời đoạn lịch sử bao gồm cả hiện tại, nhiều không gian sinh sống, văn hóa (và lụi tàn) của các tộc người trên trái đất, tâm tưởng của một vài thế hệ người Việt Nam từ xa xưa và đang cuộc lưu vong cũng nhiều như chính vẻ lãng mạn, thơ mộng, tình yêu hồn nhiên ngợp ngợp như bản chất phổ quát của Con Người ở khắp mọi không gian văn hóa người thơ từng chứng nghiệm và hồi tưởng.

Tất cả đồng hiện bày lên mặt giấy cuộc lữ hành đi qua CÕI NGƯỜI, cũng là cõi THẦN TIÊN hay MA QUỶ với tất cả kinh ngạc sững sốt của một người đã đi phần nhiều sự kiện dâu bể của đời mình và của thế hệ, đã thấm đẫm dòng tiềm thức cộng đồng nhưng vẫn mang theo đứa trẻ ấu thơ mộng mị ngày nào trong tâm tưởng. Cái phức tạp, biến động, thay hình đổi dạng không ngừng đến hụt hơi của từng dòng thơ làm hiện hình phép màu và luân chuyển kinh hoàng của sự sống. Nói cách khác, đối với người thơ Trần Nghi Hoàng, bản thân SỐNG đã là một phép màu.

* * *

"*nhật ký thời gian*" bắt đầu bằng những thanh âm dịu dàng như ngọn lửa lúc mới được nhen, nương vào những nhành khô để vươn lên, lan nhẹ, đồng thời manh nha tỏa rạng làm hiện dần lên cảnh vật – như ánh sáng hé rạng chủ đề của trường ca:

"*khi những dấu vết của lửa*

       nước còn rớt lại

trong ly rượu lưu niên   *thầm thì gió*

cát

bước chân người ngất ngưởng trên chiếc roi thời gian

quất nhịp nhàng vào tàng thức bí mật của hư vô

và những đại lộ loáng nước chờ tự tử

theo hòa âm khước từ ánh sáng

   của lon beer

không

và chai rượu rỗng"

(một: hòa âm thất tán)

Trong khi "dấu vết của lửa/ nước" hay "gió" là những nguyên tố tự nhiên, gần gũi với con người, mang lại cảm giác nuôi dưỡng ấm áp thì hình ảnh siêu thực "bước chân người ngất ngưởng trên chiếc roi thời gian," chữ "ngất ngưởng" nhắc nhớ tâm thế vô định, "chiếc roi thời gian" trở thành một biểu tượng của sự lao khổ và khốc liệt cõi người.

Cảm giác "thất tán" đến từ những hình ảnh rạc rày, cô quạnh: "lon beer/ không/ và chai rượu rỗng"; tâm thái "khước từ" thậm chí tuyệt vọng: "chờ tự tử."

Nỗi quạnh hiu, rời rã không hẳn là tâm trạng hay được phóng chiếu từ tâm trạng của con người mà nó đến từ tất cả cảnh vật, không gian, từ linh hồn của ngoại cảnh.

Khởi đi từ "thất tán," cả con người và cảnh vật trong thơ cùng song hành đi tìm lại chính mình.

Cũng trong "hòa âm – thất tán" của một đời chất chồng căng nức đơn độc và phiêu bạt, như tone giọng chủ chốt của trường ca, người thơ "giới thiệu" các nhân vật mà hình ảnh và số phận sẽ còn trở đi trở lại trong nhiều chương sau như một nỗi ám ảnh: "gã cùng tử đang ngủ vùi/ trong chiếc thùng carton/ bên hông tiệm laundry không bao giờ đóng cửa" và "nàng gái điếm" "trên cặp đùi"... "có hình xăm những cảnh giới của niết bàn và thiên đàng."

Không giống với chữ "cùng tử" trong *Pháp Hoa Kinh* nhà Phật để chỉ người chưa được giác ngộ chân lý đời sống, còn loay hoay với tham sân si, người cùng tử (lớp người "tận cùng" xã hội) trong thơ Trần Nghi Hoàng là những gã lang thang bụi đời không nhà cửa, có khi sinh sống bằng trình diễn nghệ thuật trên đường phố, ví dụ kịch mime (kịch câm, dùng ngôn ngữ hình thể của người diễn, 1 người biểu tả nhiều nhân vật khác nhau) hay bán những cây sáo trúc, - đôi khi họ là tầng lớp trí thức nhưng chán ghét đời sống văn minh vật chất, muốn lang bạt chứng nghiệm sự sống tối thiểu, – hoàn toàn dựa vào lòng hảo tâm và thiện tâm của khách qua đường.

Trên con đường lang thang nước Mỹ và khắp thế giới của mình, Trần Nghi Hoàng đã gặp gỡ, giao du, kết bạn với những nhân vật kỳ lạ này, thực chứng cuộc đời những người nghèo khó, bần cùng về vật chất nhưng lại có thể khiến mọi người kinh ngạc về cá tính và ứng xử như người thơ thuật lại trung thực và vô cùng đáng yêu trong chính trường ca này.

"Gã cùng tử" trong thơ Trần Nghi Hoàng trở thành biểu tượng của nhân tính nguyên sơ, chối từ hầu hết ham muốn vật chất hay sân hận, tương tự nhân vật "người điên" tiềm ẩn trong mình hai thái cực nhân tính thơ ngây và triết gia minh định khi đứng ngoài mọi hệ lụy của xã hội con người, như người thơ từng nhiều lần "tạ ơn" họ trong tác phẩm của mình. "Cùng tử" cũng trở thành biểu tượng hai mặt đại diện cho lưu đày, khổ ải vốn dĩ của kiếp người trong biển khổ trần gian.

Một hình tượng từ "đáy cùng" xã hội khác là "nàng gái điếm," mà người thơ gượng nhẹ dùng chữ "nàng" trân trọng và thân ái. Một biểu tượng khác của thân phận bị chối từ và rẻ rúng. "hình xăm những cảnh giới của niết bàn và thiên đàng" trên cặp đùi nàng vừa là trùng hợp ngẫu nhiên với biểu tượng viên mãn của kiếp người, - và vì ngẫu nhiên nên nó gợi chút ảo tưởng ngây thơ, vừa có chút đối kháng giống như thách thức giữa cái cao thượng tuyệt diệu với cái nghèo hèn.

"Cùng tử" và "nàng gái điếm" là hai biểu tượng cho thân phận lưu đày, thất tán, sẽ trở đi trở lại trong trường ca, mỗi lần với một sắc màu và ý nghĩa biến thiên nhưng đều day dứt đi tìm lại "bản lai diện mục" chính mình.

Với trường ca này, Trần Nghi Hoàng cũng nhận diện chính mình qua phần lớn chặng đường SỐNG, chứng nghiệm, ngẫm suy và bồi đắp tư tưởng. Những nhân vật ám ảnh kể trên cũng là hình ảnh khách quan hóa của chính người thơ.

Mở ra bằng một chương với hầu hết cảnh tượng nghèo túng, rạc rày, *"nhật ký thời gian"* lạ thay không đem lại tâm trạng buồn nản, thất vọng hay bất mãn. Cuộn lên trong từng con chữ là nguồn cảm hứng cao thượng, vẻ đẹp hùng vĩ ẩn khuất xa xăm trong những tiếng vọng hoang sơ kỳ bí của những "hư vô", "tầng không gian không dự báo", "sa mạc hiển lộng", "một thời cực kỳ văn minh tiền cổ đại," vv... nhờ phép màu ngôn ngữ được triệu hồi về ấp ủ bao bọc không gian sống của con người.

Nói cách khác, dù tồn tại trong cảnh điêu tàn, các nhân vật thơ của Trần Nghi Hoàng vẫn được bao bọc bởi một cảnh giới cao thượng khó lòng bị hủy hoại của sức mạnh và bản lãnh tự nhiên gần như thần bí. Các nhân vật thơ sẵn mang bản chất cao quý tự nhiên, gần như siêu nhiên.

Ánh vụt hiện sáng chói của "vạt nắng nửa đêm ươm vàng mái tóc nàng gái điếm," vẻ tinh nghịch khó giấu giếm của gã cùng tử thu mình nằm trong chiếc hộp carton, cái thần bí của những "chú thích và mật ngữ tồn tại ở những đầu ngón chân gã," cái THẬT độc nhất vô nhị đến mức trở thành huyền diệu của "tiệm laundry không bao giờ đóng cửa" làm thành sức hấp dẫn khó lòng cưỡng lại của một thế giới đầy ắp những chứng nghiệm thần kỳ đang mở ra cùng bạn đọc.

NHẬT KÝ THỜI GIAN

* * *

"*nhật ký thời gian*" cuốn theo nó rất nhiều sự kiện có thực xảy đến trong đời Trần Nghi Hoàng. Những sự kiện này tự thân đã kỳ lạ, hiếm gặp với những người quen nếp sống bình ổn hay ít khi phá vỡ ranh giới sống thường nhật. Những sự kiện kỳ lạ này có thể là hệ quả ngẫu nhiên của những biến thiên dời non lấp bể như người thơ và lớp người bị ném vào cuộc di tản và mất mát khổng lồ, khủng khiếp của miền Nam Việt Nam sau Tháng Tư, 1975 buộc phải chứng nghiệm. Nhưng ở mức phổ rộng hơn xuyên suốt tập trường ca, các sự kiện lạ lùng này hầu hết được nhận thấy qua cái nhìn phát hiện tinh nhạy, khao khát sự mới lạ, và đã thuộc nằm lòng bản thể chính mình.

Mỗi sự kiện hiện ra hoặc với vẻ lãng mạn, kỳ diệu như trong chiêm bao, đẹp như "cổ tích" (tên một chương ngắn trong tập trường ca) hoặc với những hình ảnh siêu thực cuốn theo nó những liên tưởng xa xôi, tưởng tượng kỳ lạ hay thậm chí kỳ quặc, ngộ nghĩnh, nhưng lại khai phóng những tâm thế, cảnh huống dù khó lường nhưng có thực của cuộc đời.

Xin được trích dẫn một chương thật đẹp trong trường ca, đối chứng nó với sự kiện thực trong cuộc đời người thơ để thấy sự màu nhiệm vốn sẵn có trong hiện thực, chỉ cần một bản thể ham trải nghiệm để phát hiện:

"mười một: cổ tích

cánh rừng thưa ngược nắng

con dốc xuôi cơn bão tím

được mùa

vẫn sương mù quận khúc Goleta

vườn cam Islavista bay lơ lửng Sagan

chiều nhập định biển cởi truồng âm tiếng hú

không đi được mùi hoa hồng trổ gai

con rắn hổ đất treo da mình trên đầu cọng cỏ sâu

người nông dân đứng ở ngã tư mùa màng

rao giảng về thuyết trồng đậu rồng

gã hành khất cụt chân

nói rồi ta sẽ bay lên đỉnh Hy Mã Lạp Sơn như điều dự báo

người vũ nữ múa bụng thấy từ rốn mình chui ra con mắt thứ ba

năm giờ sáng

bầy sương mù trôi vào phòng mang theo vạt nắng Santa Barbara

lũ hải âu nhỏ neo ở cuối một con đường có bảng cấm đậu xe trong rạp drive-in

bảy chú lùn chui ra từ dưới cánh một con bọ xám
Bạch Tuyết ngồi khóc lâm ly dưới ánh đèn Cafeteria
khi gặp lại hoàng tử sếu vườn
mọi chuyện như còn nguyên ở một hành tinh nào đó
dốc ngược cát đồng hồ
biển thời gian chìm dấu giới hạn ở cuối những chân trời"

"Goleta" là tên một khu phố có thực ở thành phố được bao bọc ba bề là biển tuyệt đẹp, Santa Barbara, được tái hiện trong "sương mù" trở nên thấm đẫm cảm giác: "quặn khúc". "Vườn cam Islavista" là nơi Trần Nghi Hoàng và nhóm bạn trai nghịch ngợm của chàng tính vào trộm cam nhưng rồi nhờ thiên lương... sẵn có đã tới hỏi xin các dì phước quản lý vườn nơi đây, trong hồi tưởng lại nhòe mờ tương liên với hình ảnh của Sagan, họa sĩ siêu thực Pháp cũng đang "bay lơ lửng" như các nhân vật ông thường vẽ. Cái thơ mộng của hiện thực và tri thức sách vở cùng ngẫu nhiên gặp nhau.

Hình ảnh trong thơ Trần Nghi Hoàng thường đầy ắp động năng. Nếu câu trên là "cánh rừng thưa ngược nắng" thì câu tiếp theo phải có "con dốc xuôi." Nếu "chiều nhập định" là trạng thái tĩnh tại thì tiếp theo phải là "biển cời truồng âm tiếng hú" dội vang kỳ bí.

"Biển cởi truồng" vốn là một bờ biển có thực ở Santa Barbara, dành để tất cả mọi người vào đó đều trút bỏ hết y phục dù là đồ tắm hai mảnh. Câu thơ, ngoài nhắc bờ biển hiện thực còn cuốn theo hình ảnh nhân hóa, biển cũng (có thể) trần trụi, hoang mang với cảm giác trần truồng khởi thủy tựa con người.

Câu thơ của Trần Nghi Hoàng đôi khi chỉ để diễn tả trọn vẹn một cảm giác thơ mộng và êm dịu, nuôi dưỡng: "... cơn bão tím/ được mùa." Nó không truyền tải ý tưởng lý tính.

Một loạt hình ảnh và mùi vị, cảm giác chen chúc dày đặc trong các câu thơ tiếp sau xây đắp một thế giới siêu thực kỳ lạ chỉ có trong giấc mộng: "... mùi hoa hồng trổ gai/ con rắn hổ đất treo da mình trên đầu cọng cỏ sâu/ người nông dân... / gã hành khất cụt chân... / người vũ nữ múa bụng... / ...bầy sương mù trôi vào phòng mang theo vạt nắng Santa Barbara...". Thực ra đây đều là hình ảnh từ cuộc đời thực những năm tuổi trẻ của người thơ, đi cắt bông hồng mướn, đám bạn trai bắt gặp con rắn hổ đất, đi học trong trường đại học Santa Barbara, vv... đan xen với những tưởng tượng kỳ lạ có gợi ý từ sách vở như "con mắt thứ ba", hình ảnh hùng vĩ như Hy Mã Lạp Sơn, vv... phơi bày cảm giác về cái ngẫu nhiên hỗn tạp, đầy ắp dấu vết những chứng nghiệm vật chất đang từng bước chuyển hóa thành mộng mị của cuộc đời.

Trong thế giới không còn ranh giới giữa thực và mộng huyễn đó, bất cứ chuyện gì cũng có thể xảy ra. Và câu chuyện đẹp như cổ tích giữa đời đầy biến động đau thương đã diễn ra như sau:

Trần Tuấn Việt, chàng sinh viên đại học Kiến trúc cao nhồng, ốm nhom có người yêu là nàng Tôn Nữ Hương Nam ở Sài Gòn. Hai người đã ước hẹn khi ra trường sẽ làm lễ cưới vì theo lời chàng, hai người sinh ra là để cho nhau, Việt và Nam, tức "Việt Nam". Rồi biến cố Tháng Tư năm 1975 nổ ra. Việt lạc mất Hương Nam giữa dòng người di tản, chàng đơn độc tới Mỹ mang theo niềm tuyệt vọng không thể chia sớt cùng ai.

Họa sĩ Việt làm quen với Trần Nghi Hoàng do tình cờ gặp trên bờ biển, lúc người thơ đi cắt chân dung từ giấy, Việt đi vẽ, cả hai cùng phục vụ khách du lịch kiếm chút tiền sinh hoạt phí. Hoàng đưa anh về sống chung trong nhóm nam thanh niên di tản ở Santa Barbara. Một buổi đi coi xi nê chiều Ba Mươi Tết, bảy chàng trai ngồi dưới sàn chiếc xe Volwalkgen Bug (con bọ) chạy đến một rạp chiếu phim lưu động ngoài trời. Việt và cậu trai nhỏ nhất được cử đi mua popcorn (bỏng ngô) và hot dog trong Refresh Center. Giữa lô nhô những hình bóng xa lạ, cao thấp mập ốm khác nhau, Việt chợt nhận thấy một cái dáng lưng sao quen quen. Không tin vào mắt mình, anh len giữa những barns chật chội và mọi người lại gần. Đứng ngó sững một lúc cho đến khi... không còn nghi ngờ gì nữa! Đó chính là Hương Nam!

Người yêu lạc mất ngày nào giờ tình cờ tái hợp giữa biển người coi xi nê drive-in (lái xe vào khu chiếu phim, trả tiền theo từng xe và... ngồi coi).

Màn tái hợp vỡ òa nước mắt và cuống quýt mừng vui diễn ra dưới ánh đèn trong tiệm cafeteria. Việt gặp lại hai chị em song sinh Hương Nam, Hương Vân, đã thất lạc mất gia đình, trôi giạt về Santa Barbara sống với người bảo trợ.

Hai cô gái theo Việt về đón giao thừa Tết năm ấy giữa bạn bè, những trái tim cũng cố giấu nhịp nức nở mừng vui lẫn ngậm ngùi bởi nỗi ly tán gia đình, người thân là mùi vị tất cả đã đều cùng phải nếm. Họa sĩ Việt sau này, nhờ tài năng vẽ truyện tranh cartoon đã được Hãng Walt Disney nhận vào làm việc[1].

Tất cả trở thành các nhân vật quen thuộc trong cổ tích: "hoàng tử sếu vườn", "Bạch Tuyết" phải đi qua chặng đường chết đi sống lại của đời mình, "bảy chú lùn" hào hiệp che

---

1. Theo "Santa Barbara, Ngày Tết Mù Sương" và "Đoạn Cuối Ở San Diego", từ tập tản văn "Những Ký Ức Mất Tích" của Trần Nghi Hoàng.

chở. Nhưng màn đoàn viên có hậu này bất ngờ, kinh ngạc đến mức trở thành một thứ hiện thực chưa từng được khám phá ở một hành tinh khác, một thứ thời giờ hóa thạch ngưng đọng từ quá khứ không thể chạm tới. Biểu tả nỗi bàng hoàng của tâm thức thành khoảng cách vũ trụ trong không gian, sự đảo lộn của thời gian là cách người thơ làm hiện hình vẻ đẹp dường không thể chạm tới của khoảnh khắc tình yêu được hồi sinh.

Một trong những nghệ thuật cuốn hút nhất của *"nhật ký thời gian"* là năng lực khám phá mộng tưởng trong hiện thực và biểu tả hiện thực trong mộng tưởng. Cõi thực và cõi mộng trong trường ca này đan xen, quấn quýt, chuyển hóa lẫn nhau và cũng có khi mộng tưởng xâm lăng, tranh giành lấn lướt hiện thực đẩy câu thơ và hình ảnh thơ thăng hoa kỳ dị. [Cũng có khi những ý tưởng thời cuộc hay "chính sự" nghiễm nhiên được tuyên ngôn trong mạch thơ đan xen mộng -thực, tâm thức hướng nội – "hướng ngoại" nhuần nhuyễn với nhau không phân biệt mà chẳng hề làm suy suyển đến bầu khí quyển thơ mộng, kỳ diệu, cao thượng của mỗi chương hay toàn bộ trường ca.]

Đây là một vài trong những dòng nao lòng nhất của *"nhật ký thời gian"*:

"mười ba: vòm trời bí mật

mưa chiều Idaho nhầm lẫn tiếng chuông gọi cửa

có những nụ cười thân mà không quen

quầng mắt nghiêng mỗi bận chào

thậm chí lời tán tụng cạn theo bao nhiêu ly rượu

bao nhiêu

trong cognac tàng trữ màu/mùi cổ lục

Idaho Idaho

tiếng mưa xôn xao đập vào kính cửa sổ

thanh lâu thời Tố Như Tiên Điền

mang gươm đi uống rượu

tiếng mưa hoang vu đập vào kính cửa xe

niềm ăn năn khuyết tật..."

Idaho là một tiểu bang nằm ở Tây Bắc nước Mỹ, giáp ranh một thị trấn nhỏ của Canada và được vây bọc bởi 6 tiểu bang khác, nổi tiếng nhiều mưa. Âm thanh "Idaho" vang lên cũng tựa như tiếng mưa thánh thót trên mái nhà, đường phố. Tiếng "mưa chiều" gợi buồn man mác, gợi thèm một mái ấm hay đơn giản chỉ là chút thân tình.

Đoạn thơ mở ra với góc nhìn và tâm tưởng của người dường

như đang ở dưới một mái ấm như thế, trông ra một kẻ lữ khách xa lạ với tiếng chuông gọi cửa "nhầm lẫn." Nhưng thực tại câu thơ lại dường như không phải vậy khi bạn đọc đọc tiếp câu sau, "có những nụ cười thân mà không quen." Câu thơ diễn đạt cái xa lạ của thực tại nhưng thân thuộc của tiềm thức. Nó ngầm tiết lộ rằng những phương hướng địa lý được gợi ra chưa chắc đã chính xác. Rằng cái thân thuộc của tiềm thức mới đáng tin cậy và nương theo.

Tiếng chuông gọi cửa kia cũng đột nhiên trở thành tiếng chuông của tiềm thức. Có ai thực sự "nhầm lẫn" hay không không còn quan trọng. Đó là tiếng reo thảng thốt trong tâm hồn người thơ nhắc nhớ tìm về một cõi ấm áp nào đó mà sự thân mật, chia sớt mới là điều phải rốt ráo truy tầm.

Tôi hình dung người thơ một ngày nào đó, trên bước đường giang hồ, lưu lạc, có lẽ không phải vì sinh kế mà vì... tánh ham chơi (được ngầm báo hiệu bằng "bao nhiêu ly rượu") – đối với tuổi trẻ, rượu và lời "tán tụng," và "quắng mắt nghiêng" tình tứ của ai đó đều là lẽ thường, - lạc bước đến một thành phố mưa của Idaho.

Đón tiếp chàng và bạn giang hồ chưa chắc đã là một ngày mưa Idaho mà có thể là một ngày nắng hoặc không mưa không nắng. Nhưng cơn mưa thân thương của tiềm thức, của một xứ sở mưa dằng dặc có thể kéo dài đến vài ngày hoặc cả một... mùa mưa thì quay trở lại âm vang, xối xả như một món nợ đòi được trả bằng thơ. Lời thơ đến một cách dịu dàng, điềm nhiên: "Tiếng mưa xôn xao...", "tiếng mưa hoang vu...". Phương hướng trong thực tại giờ không còn ý nghĩa: người thơ có thể vừa ở dưới một mái nhà ấm áp để nghe mưa "đập vào kính cửa sổ" vừa có thể ở ngoài không gian khác, có thể là trong hay ngoài một chiếc xe hơi, dưới mái hiên để nghe mưa "đập vào kính cửa xe". Nhiều không gian từng trải cùng lúc sống dậy.

Thực tại lần lượt lật mở từng trang tiềm thức.

Người thơ có thực sự uống uống rượu cognac không, không quan trọng. Nhưng rượu chở tâm thức về "màu/mùi cổ lục." Chữ "cổ lục" hơi kiểu cách nhưng nhuốm màu tiếc nuối. Nó tô đượm thêm dư âm buồn man mác của mưa chiều Idaho. Thực tại khai phóng những ký ức tưởng tượng trong sách vở và tàng thức cộng đồng: "thanh lâu thời Tố Như Tiên Điền/ mang gươm đi uống rượu". Trong khoảnh khắc, người thanh niên tị nạn lưu lạc đến một khoảnh trời xa lạ bên kia đại dương hốt nhiên thấy mình đứng giữa lịch sử Việt, đứng giữa người xưa, hay đã trở thành chính người xưa (?) áo xanh, bầu rượu, túi thơ, bao kiếm đứng giữa bao phận người tài hoa mệnh bạc.

Cái không khí vừa phong lưu, diễm lệ, đài các vừa bôn ba, lưu lạc, vừa quyến luyến xa xưa chập chờn tâm khảm vừa ngơ ngác lạ lẫm trước một xứ sở mới tinh khôi, tất cả cùng đồng hiện khi nhớ và viết lại giây phút chạm mặt cái thành phố lạ kia. Cũng ít khi thấy trong thơ tiếng gọi một địa danh xa lạ lại tha thiết đến thế, "Idaho Idaho/ tiếng mưa...". Người thanh niên lưu lạc cất tiếng gọi cùng lúc, cả quá khứ quen thân và thực tại mới lạ đang đối mặt của đời mình.

Đâu là một hiện hữu tinh thần gắn liền với cảnh huống nhất định, đâu là huyễn tượng của tâm trí, người thơ và bạn đọc không thể phân định được.

* * *

Trường ca căng đầy những hình ảnh đẹp theo nhiều quan niệm thẩm mỹ khác nhau và được tạo tác theo đa dạng đủ cách thức khác nhau.

"Đẹp" có khi là vẻ ngộ nghĩnh tức cười làm dịu bớt ý nghĩa phê phán quyết liệt, khiến cho nó trở thành nụ cười nhẹ nhõm mà không phải ai cũng thấy:

"... những kẻ tuẫn đạo cõng trái đất trên lưng

hai tay và hai chân chĩa thẳng xuống trời xanh

tôi bỗng dưng làm người chứng không tuyên thệ

toà án có bồi thẩm đoàn là con hà mã còn sót lại ở Phi châu

quan tòa là con ngựa vằn râu bạc rụng răng..."

(mười lăm: phiên tòa)

Cái tư thế chịu nạn kỳ dị của "những kẻ tuẫn đạo" ngầm tiết lộ lưu đày, khổ ải, kham nhẫn tự nguyện vẫn còn tồn tại cho cuộc sinh tồn lớn của tất thảy loài người. "Con hà mã còn sót lại ở Phi châu" và "con ngựa vằn râu bạc rụng răng" lại là những ẩn dụ tức cười cho sự phôi phai, già nua, mất hết sức sống của những đại diện quyền lực cao nhất trong hệ thống luật pháp mà con người tự hào đã tạo ra cùng với các phương tiện văn minh để duy trì công bằng bình đẳng cho cộng đồng xã hội.

Giống lời tiên tri hơn là miêu tả hay kể chuyện, ý nghĩa cảnh báo của những hình ảnh tức cười này khi được "giải mã" nhờ liên tưởng, trở nên phổ quát và ý nhị.

Người thơ sẽ còn nhiều dịp quay lại với cảnh báo này rải rác trong nhiều chương sau của trường ca.

Cái đẹp có khi là sự bình thản giữa cảnh ngộ nghèo nàn, phiêu dạt:

"... người cùng tử ngủ mở mắt trạm xe bus mùa đông

nụ cười trổ hoa từng sợi râu phủ kín mặt

trên lưng gã những cây sáo thầm thì bản du ca cho những kẻ lưu vong"

(mười hai: đất sống cho mỗi con người)

Giấc ngủ "mở mắt" không có gì lạ lùng, trái ngược mà

dường như đã trở thành thói quen hiển nhiên với "người cùng tử". Bắc California, nơi người thơ lang bạt thời tuổi trẻ của mình và một vài vùng địa lý khác của nước Mỹ có mùa đông không lạnh lắm, những người lang thang không nhà cửa có thể chọn ngủ đêm tại một mái hiên nhà hoặc dưới mái che trạm chờ xe bus, mặc dầu những shelter (nơi trú ngụ của cộng đồng dành sẵn cho người cơ nhỡ) nơi có nước sạch, chỗ tắm rửa, vệ sinh và ngủ đêm vẫn luôn sẵn sàng.

Nụ cười an nhiên của người bạn đường phố mà Trần Nghi Hoàng từng chọn hình ảnh làm biểu tượng cho phận người và cho chính mình được miêu tả như trên một bức phù điêu với mỗi nét chạm "từng sợi râu phủ kín" dường như được ghi lại từng cử động. Những cử động ấy tựa như đang "nở hoa" tỏ lộ vẻ thân thương và tươi sáng lạ kỳ.

Cái đẹp được nhận ra trong từng chuyển động nhỏ đánh thức hình dung và tưởng tượng của người nhìn.

Có những câu thơ thay thế nét chạm của nghệ sĩ điêu khắc, làm hiện hình con người như đang choán chỗ trong không gian vật lý có thực trước mắt người đọc:

"... *cô gái Mỹ đen mười sáu tuổi vòng tay ra sau*

tháo cái địu trên lưng có đứa con vừa tròn ba tháng tuổi của cô

rồi cô móc chiếc địu có đứa bé trên tay nắm của

cô bắt đầu những động tác warm up

và thở

bàn tay màu nghệ có những đường chỉ tay màu nâu như những đường dao chạm

từng bức phù điêu ghi thân phận mỗi con người"

(mười hai: đất sống cho mỗi con người)

Một hình tượng tuyệt đẹp của nỗi cô đơn tột cùng và tinh thần độc lập. Nói cách khác, cô đơn (thậm chí bị bỏ rơi, ruồng rẫy?) và tự lập sinh tồn cũng có thể trở thành cái đẹp.

Không phải ngẫu nhiên người thơ thuật và tả lại cả một quá trình dài liên tục các hoạt động của cô gái Mỹ da đen "mười sáu tuổi." Tuổi trẻ não nùng. Ngâm nhắc nhở những vấp váp, non dại có thể. Từng cử chỉ đều có điểm đến xác thực, rõ ràng. Mỗi hành động đều chắc chắn cả quyết, thuần thục. Chỉ trừ có cái bất thường: đứa con "vừa tròn ba tháng tuổi của cô" trong chiếc đẩy được "móc" "trên tay nắm cửa."

Đây hoàn toàn không phải một hành động bất cẩn mà là hành động của người thừa tự tin vào mỗi việc mình làm. Hình ảnh chiếc đẩy treo trên tay nắm cửa trở nên giống như một phép màu của sự cưu mang che chở. Chiếc tay nắm cửa vô tri nhưng khi người mẹ đơn thân cần đến, nó trở thành trợ lực hữu hiệu. Bất cứ gì cũng sẽ trở thành trợ lực hữu hiệu mà chỉ người mẹ cô đơn và phải tự lập trong hoàn cảnh đến não lòng mới nhìn ra.

Em bé ba tháng tuổi ngủ say trong chiếc đẩy móc trên tay nắm cửa trong khi mẹ em đang làm những động tác "warm up" (khởi động chuẩn bị cho một bài tập thể thao hay võ thuật) là một trường đoạn SỐNG được tái tạo trong trường ca mà chắc chắn nhiều người đọc sẽ ghi vào tâm khảm.

Một tình tiết của bức phù điêu thân phận mà người đọc tinh ý không thể không nhận ra: sau khi phác tả dáng hình của cô gái Mỹ da đen qua những cử chỉ, người thơ đi vào một chi tiết đặc biệt: "bàn tay màu nghệ có những đường chỉ tay màu nâu như những đường dao chạm". Ai đã từng nhìn vào mặt trong bàn tay của một người nữ hay nam giới Mỹ da đen (có pha trộn dòng máu) sẽ nhận ra đây là những miêu tả hoàn toàn trung thực. Nhưng ngay cả văn chương của thế giới Mỹ da đen cũng hầu như không có những dòng tự miêu tả nào như vậy.

Ngoài viết đủ thể loại văn, thơ, Trần Nghi Hoàng còn là một họa sĩ. Khi qua Mỹ định cư, ông đã chọn học đại học ngành Nghệ thuật vì có lẽ đó mới là tiếng gọi thầm kín nhưng khó cưỡng. Óc hình ảnh và nhạy cảm màu sắc của ông có những nét lạ lùng. Chính sự nhạy cảm đã giúp người thơ bật ra cái màu sắc không thể chính xác hơn, màu nghệ - sự pha trộn sắc tố hồng, vàng và nâu đen tạo ra sắc cam nóng ấm dữ dội.

"Những đường dao chạm" nhấn mạnh thêm cái dữ dội của cảm giác vật lý, dường như nó không chỉ là liên tưởng mà còn là chính sự thật.

Sắc màu tươi đẹp, cảm xúc dũng mãnh ngầm bày tỏ thiện cảm và cảm thông sâu nặng của người thơ với thân phận cô đơn nhưng can đảm của người mẹ đơn thân nơi trú xứ xa xôi.

Có khi những chứng nghiệm văn hóa dời chuyển cả khoảng cách địa lý, rút lại dòng thời gian để cả không gian địa lý và thời gian lịch sử dọn về trong cảm giác thân thể của một người trẻ tuổi, và tất nhiên đầy chủ động, tự tin với những gì mình biết từ tri kiến nhân loại:

"... biển thời gian trở mình bất chợt

nhắc ta cái thời gối đầu trên đền đài Taj Mahal

gếch chân trên vườn treo Babylon và mặc định về Cổ Loa"

(mười sáu: biển thời gian)

Đem chính thân thể và những cử động tự nhiên, nghịch ngợm, bông đùa của mình làm một thứ "thước đo" ý nghĩa văn hóa và lịch sử có thể là một cách biểu tỏ thậm xưng (khuyếch trương, phóng đại) nhưng nếu cảm nhận theo chiều hướng ngược lại, những không gian văn hóa xa xôi, khác biệt như Taj Mahal (kiến trúc Hồi giáo Ấn Độ, thế kỷ thứ 17,) vườn treo Babylon (một trong bảy kỳ quan thời cổ đại, huyền sử ở lãnh thổ Iraq ngày nay) hay Loa Thành trong truyền thuyết có thể trở nên thông thuộc, khả tín bởi cùng chia sẻ những chứng nghiệm CON NGƯỜI với con người ở bất cứ đâu và thời gian nào.

Sự nỗ lực thấu cảm về văn hóa có thể mở bất cứ cánh cửa nào để con người mọi thời, mọi lãnh thổ bước vào thế giới của nhau, gạt bỏ những chia rẽ thậm chí hận thù – đó cũng là một phương diện của cái đẹp và chất thơ.

Sự tương hợp về cảm giác kéo thế giới của sắc màu và diễn tiến thời giờ gần lại:

"... tiếng cười riêng   ly rượu bầm
vách gỗ căn phòng phút giây màu nâu đỏ"

(bốn: tuổi của đất và đá)

Câu thơ đẹp kỳ lạ như bức tĩnh vật bị bỏ quên dưới vực thẳm thời gian, trong khoảnh khắc chợt sáng lòe trí nhớ. Âm thanh "tiếng cười" đâu đó phát lộ ký ức. "Vách gỗ căn phòng" giới hạn không gian nội thất hẹp lại, ấm áp – nhắc nhớ một góc dừng chân, nơi nằm bệnh, chốn riêng tư hay một giấc ngủ vùi. "Ly rượu bầm" mang dư vị ít nhiều cay đắng, u uất.

Nhưng "phút giây màu nâu đỏ" thì độc đáo còn có phần hơn cỡ "bàn tay màu nghệ". Màu nâu đỏ cũng lại là một màu ấm nóng, cảm giác dày và đặc, như dễ tụ lại thành hình khối. "Phút giây" là đại lượng không sờ nắm được, chỉ nhận biết qua thay đổi trạng thái của các sự vật. "Thấy" được phút giây màu nâu đỏ, Trần Nghi Hoàng đã dành cho cái đại lượng vô hình tạo ra sự biến thiên, thường được hình dung gắn liền với sự phôi phai, tàn lợt... một trạng thái vật lý hiện hữu ấm nóng, mạnh mẽ đầy năng lượng.

Người thơ vui, buồn hay tiếc nuối trong những hồi tưởng chập chờn về quá vãng đều không quan trọng. Câu thơ liên tục đẩy bạn đọc đi theo quỹ đạo riêng của nó.

Biểu lộ những cái vô hình tướng, thanh sắc nhờ màu sắc, mùi vị, hình ảnh, âm thanh, cảm giác là một trong những "phép màu" người thơ dành cho ngôn ngữ trong trường ca này.

Có những câu thơ như đi lạc mê man trong tưởng tượng thần kỳ nhờ động năng của chính nó, nối liền những vùng không gian cách xa hai nửa bán cầu trái đất:

"... bận bận biển thời gian trở mình

nậm gió trôi xuống hầm hư vô

Holland tunnel phố Tàu

bầy tạp chủng kiệt xuất

ở New York thời gian luôn vụn ra những mảnh sắc nhọn như những mảnh kính vỡ

từng mảnh thời gian chui xuống những hầm metro tất tưởi đi tìm lại thân tâm"

Và:

"... có những lượn sóng thần

phủ chụp xuống New Orland Luisiana

bẻ gãy gập sông Mississippi

mỗi mỗi nơi đều có thi thể con hải âu cánh xám

ở Cà Mau có người đứng chờ để leo lên đầu con cá voi quay ngược về Cửa Nhạn

trên vách núi đá Hoàng Liên Sơn còn ghi khắc lại điều này

tiếng hú trên ngọn Phanxipang kéo dài đến tận bờ biển Santa Barbara

vẫn con chim hải âu cánh xám và lời dự báo của nhà tiên tri ngủ gật trong sương mù"

(mười sáu: biển thời gian)

Hình dung cái vô tận, vô thủy vô chung của thời gian bằng hình ảnh "biển thời gian" cũng đã là cho nó một trạng thái vật lý có giới hạn, mang lại những cảm giác vật chất sống động.

Liên tưởng theo chiều ngược lại, một Holland tunnel có thực dẫn lối vào New York City qua khu Phố Tàu hoàn toàn có thể trở thành "hầm hư vô" với tâm hồn người thơ tưởng chừng mình đang trong cõi KHÔNG.

Lối cảm thụ dễ dàng nhất là gán cho thời gian – vốn không hình ảnh, sắc thanh những cảm giác của con người trong cái thành phố bận rộn và căng thẳng bậc nhất nước Mỹ, bị chèn ép và bức bách giữa muôn vàn bổn phận và hành động: "từng mảnh thời gian chui xuống những hầm Metro tất tưởi đi tìm lại thân tâm". Nhưng thời gian không đồng hóa với con người: nó mang cái hồn lạnh lẽo chát chúa của những vật vô tri trong thế giới văn minh vật chất – "sắc nhọn như những mảnh kính vỡ." Thời gian với con người vừa hòa điệu vừa đối kháng.

New York City cũng là thành phố nơi người thơ có những cú va chạm sớm nhất với văn hóa mới, thế giới mới. Người thanh niên lưu lạc nghiễm nhiên chấp nhận xung lực của thế giới mới ấy, những gì mâu thuẫn với con người bản thể thâm căn cố đế Đông phương được giấu kín và tự hóa giải. Anh tự biến mình thành một kẻ trong "bầy tạp chủng kiệt xuất" – cách gọi những thành viên xuất sắc kỳ dị nhất của đủ các màu da chủng tộc trên thế giới tụ lại New York. Thời gian như là sự kham nhẫn.

Những biểu tượng trong trường ca không đi trệch khỏi ý nghĩa tượng trưng trong thế giới thơ, nói rộng ra, thế giới của các biểu tượng văn chương và cảm xúc, cảm giác đi liền với nó: "sóng thần" biểu trưng cho sức mạnh tự nhiên, những nghịch cảnh khốc liệt, đe dọa, trong những câu thơ này là một phẩm chất khác của thời gian: hung dữ và tàn phá.

Hình ảnh khốc liệt trong thơ Trần Nghi Hoàng vẫn hiện lên một vẻ đẹp kỳ lạ: "phủ chụp xuống New Orland Luisiana," "bẻ gãy gập sông Mississippi". Để cân bằng lại động năng tàn phá là sự thuần phục và biến thiên tự nhiên. Phải chăng đây chính là sự hài hòa vốn có của tự nhiên mà trên con đường chứng nghiệm những đổi dời của đời sống người thơ từng nhận thấy?

Trong cái dữ dội của dòng thời gian, cái xác tín mông lung của những điềm báo "trên vách núi đá Hoàng Liên Sơn còn ghi khắc lại điều này," hình ảnh con người đi về giữa những địa danh Việt vừa hư vừa thực gợi nhắc sự kiếm tìm. "Tiếng hú" là tiếng vọng của tâm thức, của sự truy vấn vang vọng từ Đông sang Tây.

Giữa mông lung hỗn độn của hình ảnh tưởng chừng như

trong cơn mê sảng vẫn có mạch lạc của cảm xúc và tâm tưởng: truy vấn chính mình, truy vấn cái hung dữ, bạo tàn. Những địa danh nước Mỹ vang lên như thêm một lần người thơ kiểm chứng độ quen thân, gần gũi của xứ sở mới: Thân đấy mà chưa quen.

Cũng trong trường ca này, bạn đọc bắt gặp thế giới của những phép màu ngây thơ chỉ có trong hình dung con trẻ:

"... bầy rồng sẽ vươn lên từ dải núi mù sương

những con chim phượng chim hoàng múa lượn trên cánh đồng ánh sáng

trẻ con sẽ bay chơi cùng chim muông mà không cần có cánh

cái thế giới mà mọi loài đều có thể dễ dàng tự nhiên giao cảm cùng nhau bằng một thứ ngôn ngữ dị thường

trên cây ổi xá lị có thể mọc xen vào những trái táo

trên cánh hồng nhung trổ ra vài đóa cẩm chướng hay phong lan..."

(mười chín: những cơn mưa trên mây)

Phép màu trong bản chất thơ ngây, trong trắng không cần phải dời non lấp bể hay mang lại điều gì "có ích" cho sự sống. Nó bất ngờ, đơn giản làm thay đổi những sự vật, hiện tượng nhỏ bé nhất chỉ để mà thay đổi và làm kinh ngạc những bé con.

Đôi khi trong dòng tưởng tượng, người thơ chưa kịp thấy hết khoảnh khắc thực tại ở một thời điểm không - chứng - kiến, ví dụ ngày má sinh ra mình, đã ngã vào thế giới huyền hoặc, hoang đường:

"... má nằm vượt cạn trên những chiếc chiếu trải chồng lên nhau

trong ánh đèn dầu tù mù ngoài cha và các anh chị vây quanh

còn có bác Ba và bà Mụ tên Út Chấm do cha đón từ bãi Ngao về

cành lá bần vẫn trập trùng xào xạc bốn bề

dưới những bãi ô rô ngập ngập thỉnh thoảng vẫn có tiếng một loài thủy quái quẫy nước vang lên quạnh quẽ..."

(mười chín: những cơn mưa trên mây)

Âm thanh "quạnh quẽ" của loài thủy quái trong truyền thuyết "quẫy nước" rành rọt, khả tín như vừa mới "vang lên" trong tiếp nhận của người đọc. Âm thanh của dòng thơ tái hiện âm thanh được miêu tả hoàn toàn chân xác.

Thế giới ngôn ngữ của Trần Nghi Hoàng biến động qua từng dòng mà những cố gắng để nắm bắt nó bằng cả cảm thụ, lý trí và tưởng tượng chỉ là tương đối. Tận hưởng và thả mình khái hoạt trong thế giới đó, để nó cuốn vào những gì dịu ngọt hay tàn khốc là cách để SỐNG nó thú vị và tận lực nhất.

Cũng cần nói kỹ hơn về một bản chất của tập trường ca này: đã trở thành thói quen, chơi với ngôn ngữ, khai phóng liên tưởng và tưởng tượng để từ ngữ, cú pháp, âm thanh, hình ảnh chập chờn, phóng dật trong tất cả khả thể kết hợp, tương hợp của nó mà không cần phải tuân theo những trật tự lý trí sẵn có để phục vụ cái "có nghĩa" là sở trường của Trần Nghi Hoàng. "Chơi ngôn ngữ" chỉ nhắm tạo ra niềm vui và thụ hưởng của cả người viết lẫn bạn đọc, không nhất thiết phục vụ một thông báo hay nội dung nào, nhưng có khi chính nó tạo ra những hiện tồn mới của hiện thực và tâm tưởng.

* * *

"mười bảy: xác chữ" là một trong hai chương giàu xung lực nhất và tập trung những suy nghiệm triết lý của tác giả đậm đặc nhất trong trường ca. (Chương còn lại là hai mươi hai: nguyệt thực). Nếu từ "một: hòa âm thất tán" đến "mười lăm: phiên tòa" là đan xen hài hòa có phần trầm lắng, dịu dàng của những ký ức tuổi trẻ, thơ ấu và tráng niên, được tái tạo trong vẻ huy hoàng, nguy nga, cùng cực của cả cao thượng, sang trọng và lạc loài, thương tâm, khổ lụy, với những suy ngẫm về thế giới và bản thể con người đằm thắm, trầm tĩnh, thì "mười sáu: biến thời gian" là bước tiếp sức để mười bảy vắt kiệt thăng hoa những trò chơi mật ngữ và tự vấn sống tồn.

Mượn hình thức một bi khúc sử thi cổ đại như những sử thi anh hùng Ramayana hay Mahabharata, (Ấn Độ) với bầu không khí huyền hoặc, cao thượng nhưng nhuốm vẻ tàn khốc ghê rợn, những thế lực xung đột nhất thiết phải giao tranh chết chóc hủy diệt dưới định mệnh tự nhiên kỳ bí, với những "lời tiên tri" linh thiêng, thảm họa hàng loạt, "điểm lạ", "điều bí mật khủng khiếp" cộng hưởng với sắc thái phiêu lưu ly kỳ của những truyền thuyết về kho báu, "kim tự tháp", "mật mã", vv... Trần Nghi Hoàng dựng nên một không gian huyền tích vừa gần gũi vừa kỳ dị đáng kinh ngạc, trong đó bạn đọc có thể nhận ra những sự kiện chấn động mới xảy ra của thế giới và con người qua nhiều hình ảnh, và đón nhận thông điệp của người thơ về thời đại mình.

Gần gũi vì nó có tất cả những ẩn ức quen thuộc, lặp đi lặp lại trong lịch sử loài người trên trái đất qua nhiều thời đại: chiến tranh, chém giết, lòng tham, sự tồn sinh. Gần gũi cũng vì nó mang theo hình ảnh, tính chất những khám phá mới của thời hiện đại công nghiệp và hậu công nghiệp: sự "vận hành" (các hành tinh) – từ ngữ này chỉ có mặt khi đời sống con người xuất hiện các cổ máy. Kỳ dị bởi hỗn độn, chồng chéo các hình ảnh, biểu tượng mới do người thơ sáng tạo để biểu tả nỗi hoang mang, cuộc khủng hoảng về tâm thức và sinh tồn của thời ông đang sống.

Nhưng trước hết, tại sao lại là "xác chữ"?

Trước tất cả mọi điều khác, Trần Nghi Hoàng là nhà thơ. Ông sống trong chữ, thở ngủ nghỉ ăn uống... chữ. Bị chữ chiếm hữu. Chơi vui với chữ. "Xác chữ" là con chữ vừa trút tất cả tính năng, hiệu năng, quyền năng - trước hết với người thơ, cho một trang viết, hoặc một trường ca. Xác chữ cũng đồng thời sở hữu quyền năng tái tạo chính nó sống lại với muôn vàn động lực khác cho những bài thơ hay trường ca khác, hình ảnh hay sự vật khác.

Xác chữ là tất cả, thế giới và con người. Là cái vỏ của mọi sự vật, hình ảnh, âm thanh nhưng có quyền phép tái tạo tất cả sự vật hình ảnh âm thanh đó. Không có xác chữ, hay không có CHỮ, con người câm nín, vô lực trong biểu tả bản thân và mối tương liên với thế giới chung quanh.

Nhưng CHỮ, tự nó không thể trở thành thế giới vật chất, màu sắc, âm thanh, thể khối, hương vị, bề mặt tiếp xúc được.

Chữ là cái có sau, là ký hiệu tượng hình trừu tượng của thế giới vật chất đã được chứng nghiệm trong cảm giác và nhận thức của con người. Làm sống lại những chứng nghiệm ấy ra sao là tùy thuộc ở con người.

Trong một chương không quá dài của trường ca, Trần Nghi Hoàng cùng lúc muốn lột tả cái khoảng cách vừa có thể tinh vi mơ hồ vừa xa cách vô hạn định giữa năng lực chuyên chở hiện thực của chữ với chính hiện thực. Thứ hai, với chính chữ của mình, người thơ lột tả thời đại, những hoang mang, bất định, những năng lượng và năng lực còn chưa được định dạng của con người mà chỉ có thể dự báo.

"*xác chữ*" khởi đầu:

"di cảo ngắn tích từ những ngôi mộ trong kim tự tháp

áo giấy ngôn ngữ và những đường nét vạch tạo hình phá chủng

nguyên liệu khởi thủy papyrus và vùng nấm độc

ngôn ngữ chạy thất tán mất dần phả hệ

có những loài ngôn ngữ lạc hướng sống

và những loài ngôn ngữ linh thiêng

từng con chữ biến dạng theo từng bước luân lạc..."

(mười bảy: xác chữ)

Người thơ đưa không gian trở về thời cổ đại nhiều ngàn năm với khởi nguồn của ngôn ngữ thành văn, ở đây là ra đời của nguyên liệu giấy: chỉ thảo/ papyrus tìm thấy trong các di chỉ kim tự tháp (thuộc vùng văn minh Lưỡng Hà, theo khảo cổ học cũng là nơi khởi phát của chữ viết và các văn bản văn chương đầu tiên của loài người, - văn minh Sumerian, các văn bản đầu tiên được ghi lại trên các bình gốm và bao gồm cả kinh cầu hồn, thần thoại, tiểu luận, và thơ từ những năm 2500 trước Công Nguyên).

Không nhất thiết bám sát kiến thức khoa học, xác tín thơ dựa trên biểu tượng quen thuộc của nền văn minh còn để lại di chỉ được quan tâm nhất trên trái đất: "kim tự tháp." Không khí cổ đại âm u huyền bí nhưng khoáng đạt cao cả.

Từ "ngấn tích" đậm cảm giác tạo hình. "Những ngôi mộ" nhắc nhớ cái linh thiêng bất khả xâm phạm của sự chết. Nhưng Trần Nghi Hoàng không có ý định tái tạo bầu không khí thiêng liêng bất khả suy suyển kéo dài. Cái xác tín chỉ dừng ở sự ra đời của CHỮ. "Áo giấy ngôn ngữ" tạo cảm giác về cái giả, "vùng nấm độc" cảnh báo nguy hiểm. Câu thơ nhanh chóng trở lại với cái hỗn tạp của tồn tại, nơi sự khác biệt tạo thành các giống loài, nơi "thất tán", "lạc hướng", "linh thiêng", "luân lạc" là những sắc thái sống tỏa đi muôn ngả thế gian và thời gian, nơi gồm thâu cả trường sinh và tàn lụi.

Lịch sử của chữ được khơi nguồn cũng chính là lịch sử con người.

Nhưng hơn cả những gì được biết đến về con người hiện tại, năng lượng tiềm ẩn của chữ là vô biên, như Trần Nghi Hoàng tưởng tượng và hi vọng. Ông hi vọng những con đường sinh diệt tồn tại của chữ cao – xa – rộng hơn tất cả những gì con người biết đến về "chữ" ngày hôm nay.

Chữ tồn tại ngay cả bên ngoài dung lượng, nội hàm của chính nó.

Chữ tồn sinh vô tính, không ai dự báo được "tử, sinh" của chữ.

Trần Nghi Hoàng viết về chữ những dòng "khó hiểu" như thách đố bằng một thứ mật ngữ. Bạn đọc không cần phải giải thích ý nghĩa của những dòng này bằng logic lý tính mà hãy để nó tự nhiên đi vào tâm thức theo một trật tự và ý nghĩa kỳ lạ:

"... xác những con chữ chết nằm tồn đọng trong biển thời gian từ hàng triệu tỉ năm

có những con chữ chết hốt nhiên sống lại không một điềm dự báo

những con chữ sống lại bên ngoài chủng loại ngôn ngữ của nó

và những con chữ không thụ tinh trong tử cung của thời gian trong cuộc hoài thai kéo dài gần như vô tận..."

(mười bảy: xác chữ)

Các con số thậm xưng "triệu tỉ", các đại lượng tương đối "gần như vô tận" là cách quen thuộc để người thơ nói đến vô biên không gian và thời gian thơ. Bạn đọc nào đó có thể mỉm cười hồ nghi "anh chàng tác giả này xạo – ai ở thời đó mà chứng thực?" nhưng nhiều bạn đọc khác có thể làm chứng, Trần Nghi Hoàng hoàn toàn trung thực trong những tưởng tượng của mình – "triệu tỉ," "tỉ tỉ năm" trung thực ước lượng cái vô hạn những điều chưa biết đến của con người.

Chữ vừa gói ghém quyền năng vô hạn vừa thụ động, vô lực:

"... hơn cả nước, chữ có thể thấm qua bất kỳ vật cản nào

dù đá vàng sắt thép hay châu ngọc kim cương

ngay cả không gian và thời gian

không có điều gì nói lên rằng

mỗi chữ luôn cưu mang hồn chữ

hồn của chữ nằm trong quyền năng của con người

từng chữ từng chữ chỉ là những xác chữ

vì thế mặc nhiên chữ không thể phản bội được con người..."

(mười bảy: xác chữ)

Cái nghịch lý kép về năng lượng – quyền hạn của chữ với con người và ngược lại, con người với chữ, đôi bên xuyên thấm vào nhau, trở thành nhau nhưng vẫn chia biệt, chính người thơ cũng chưa tường tận. Viết thơ là một cách để rủ rê đồng nghiệp và bạn đọc cùng chứng nghiệm cái vô biên của chữ. Không chỉ thị hiện tư tưởng, cảm xúc, văn chương, "chữ" còn chuyên chở kiến thức khoa học tự nhiên, tất cả những gì con người khám phá được về thế giới vật chất và tinh thần, nên có thể dung chứa và *"hòa trộn chính nó vào những vũ trụ quan khác biệt"*.

Trần Nghi Hoàng không để bạn đọc phải hoang mang ngợp lặn trong những dự báo của mình quá lâu. Người thơ chọn đúng lúc để trở lại với những hình ảnh của thế giới và con người được phục dựng bằng chữ - bản chất vật chất của thế giới và con người được kiến tạo nên cũng một phần nhờ "chữ", tức là tất cả những kinh nghiệm để xây đắp nên văn minh và ứng xử. "Chữ" có thể không trực tiếp xây dựng nên những đền đài Potola (Tây Tạng) nhưng vẫn tham dự đầy đủ vào quá trình xây dựng cũng như lưu trữ thông tin về kỳ quan ấy ngay cả khi nếu nó đã bị phá hủy một phần hay thậm chí hoàn toàn.

Những dòng ứ đầy cảm giác tái hiện cả một không khí lịch sử bi tráng của Cố Đô vương quốc Tây Tạng thần bí đã bị Trung Quốc xâm lăng và chiếm đoạt từ những năm 1950s:

"... những xác chữ bay vòng quanh địa cầu tìm lại cung điện Potola

những ngọn đèn mỡ yak lung linh chấp chới

và tiếng hú lồng lộng khắp trời cao của đạo sư Milarepa

hay tiếng hú của ngài Từ Đạo Hạnh

những tiếng hú thinh không

những tiếng hú ra ngoài xác chữ..."

(mười bảy: xác chữ)

Cũng như không gian, lịch sử nhiều vùng văn minh, văn hóa trên trái đất tương thông với nhau trong thơ Trần Nghi Hoàng, không chỉ vì sự tương đồng trong số phận con người, (Milarepa và Từ Đạo Hạnh,) sự chia sẻ một nguồn gốc tôn giáo (Phật giáo Đại thừa,) mà còn vì câu hỏi muôn đời của con người nhiều thế hệ khác nhau kiếm tìm một ý nghĩa của tồn tại vượt khỏi những hạn định của phận người.

Một biểu tượng quan trọng từng xuất hiện trong nhiều chương khác của trường ca nhưng có ý nghĩa đặc biệt trong chương mười bảy này là "người thầy vị lai." Được miêu tả với "riềm mắt rũ buông" tượng trưng cho tâm thế từ chối những thực cảnh hư huyễn của trần thế, cái "mỉm cười" an nhiên, người thày vị lai vừa là nhà tiên tri tiên báo những xung đột khủng khiếp "giữa ánh sáng" và "bóng tối," những giao tranh tàn khốc giữa các loài chữ biểu tượng cho giao tranh giữa con người, tương lai một loài chữ tự có cả xác và hồn nhưng thực chất lại là "những chỉ dấu giả" biết tự mình trở thành "đoàn quân chữ thác lũ và vô đạo" hủy diệt sống còn của các loài chữ khác.

"Lời tiên tri" của người thày vị lai, chuyên chở bằng mật ngôn của những hình ảnh kỳ lạ không gì khác là lời cảnh báo sự lặp lại của lịch sử loài người: chém giết, tàn sát, tất cả các nền văn minh sẽ có thể bị đưa trở về thời kỳ sơ khai hỗn mang.

Nhưng cũng chính "người thày vị lai" ở đoạn thơ kế tiếp, dắt theo một con voọc Chà vá chân nâu ở Sơn Chà, Việt Nam – loài đang bị đe dọa tuyệt chủng, biểu tượng cho sự sống thơ ngây nguyên khởi *"đứng chờ ngắm mặt trời lên vào lúc nửa đêm"* bên bờ Hắc Hải – hình ảnh trở thành biểu tượng cho niềm hi vọng le lói về sự tương thông hài hòa giữa ánh sáng và bóng tối, nếu theo logic thông thường thì khó lòng có được, sẽ trở thành niềm lạc quan về một tương lai tốt lành cho loài người nếu biết chủ động bắt kịp nó.

Nếu tinh ý một chút, bạn đọc sẽ nhận ra trong những hình ảnh quái lạ như từ cơn mê sảng của người thơ ám dụ về những thảm họa vừa mới xảy ra với tất thảy chúng sinh:

"nhiều người sẽ chui ra từ những ruột núi lửa – (Trong/ Trung,) / trên tay mỗi người cầm một bông hoa to lớn dị thường – (Hoa) / bám dày kín trên mỗi bông hoa là vô số xác của một loài sinh vật nhỏ li ti tanh tưởi" – biểu tượng hóa và ký hiệu hóa của thảm họa covid 19 vừa cướp đi sinh mạng của hàng chục triệu sinh linh trên thế giới.

Câu chuyện truyền kỳ về loài người trong kỷ nguyên mới được người thơ tưởng tượng tiếp với sự ra đời của những "kim tự tháp chữ" mọc lên từ "những nấm mộ chữ" "uống ánh mặt trời," "ánh trăng sao" biểu tượng cho sự tái sinh của các nền văn minh nhân loại. Tuy nhiên thời gian trong chương "xác chữ" không đi từ quá khứ đến thực tại và tương lai, mà chủ yếu dừng ở thực tại, trong vòng khoảng trăm năm chứng nghiệm của một đời người.

"Thực tại" trong vòng trăm năm ấy thực ra là kết tụ nhiều sự tái sinh từ vô lượng thời gian của quá khứ và hàm chứa thấp thoáng hình ảnh tương lai.

Trong một hoạt cảnh náo động tràn ngập âm thanh và hành động kỳ lạ, Trần Nghi Hoàng tái hiện "trăm năm" mà người thơ từng chứng kiến qua khắp hành trình lữ thứ đến nhiều vùng văn hóa khác nhau cùng lúc với các biểu tượng của hỗn mang man rợ ngợp ngợp mọi nơi giữa đời sống văn minh: con người hầu như chỉ quan tâm đến "bảo vật," "thuốc trường sinh" – những thứ gẫm ra đều phù phiếm, không có thật mà bỏ qua biết bao tri kiến nhân sinh trong các kim tự tháp chữ; trước hết là bỏ qua những cảnh nhẫn tâm và bất công đau khổ của đồng loại vẫn đang đầy rẫy trên khắp mặt địa cầu.

"... con ngựa trận mạc Mông Cổ phát cuồng cất cao hai vó trước

nó muốn phóng lên cây đuốc trên tay tượng nữ thần Liberty"

Hình ảnh dị nghịch như một tác phẩm trình diễn (performance) đương đại biểu trưng cho sự thách thức của hung bạo và uy vũ, bất cứ lúc nào cũng có thể điên cuồng vượt lên những giá trị đạo lý và quy ước được tôn thờ.

Cảm động và chấn động của những loài vật hoang dã trước bất hạnh của con người trở thành lời nhắc nhở về bản tánh thiện nguyên sơ vốn sẵn có trong mỗi sinh linh, không chỉ trong con người, mà chính con người đã đánh mất trên con đường tìm kiếm văn minh, hiện đại, sự thỏa mãn vật chất. Lời thơ trở nên chân phương với thông tin chính xác, dời xa khỏi bất cứ nghệ thuật hay trò chơi nào, ngầm thông báo với bạn đọc ý nghĩa xác thực của sự kiện và trung thực của tác giả khi ghi lại những mảnh hiện thực từng chứng nghiệm:

"... một con ngựa vẫn đứng khóc lâm ly giữa khu đèn đỏ thủ đô Amsterdam

giữa những tủ kính có từng bầy gái điếm khỏa thân đứng chào hàng

hai con sư tử gầm lên từng hồi kinh tâm động phách tại những "chợ trời" ở Bombay

khi chúng nhìn thấy những đứa bé gái mười hai mười ba tuổi chưa có vú bị nhốt trong những chiếc lồng

bằng gỗ, bằng tre hay bằng sắt

trên mỗi chiếc lồng đính một mảnh giấy ghi nhân thân và giá cả của bé gái bị nhốt bên trong..."

(mười bảy: xác chữ)

Lời thơ chân phương, thông báo chính xác cũng là một bản chất của chương khúc đặc biệt này khi đưa những thông điệp trực tiếp về văn hóa và lịch sử của thời đại:

"... Việt Nam cần gióng lên nhiều hồi chuông từ chiếc đại hồng chung này để đánh thức hồn Việt tộc

hay réo gọi hồn Việt tộc đã từ lâu thất tán"

Cùng trong chương "xác chữ", Trần nghi Hoàng quay trở lại với những biểu tượng quan trọng mà ông dành cho bạn đọc từ chương khởi đầu, "hòa âm thất tán": gã cùng tử và nàng gái điếm.

Một lần nữa, người cùng tử là hiện thân của nhân tính thơ ngây, bản nguyên và tánh lãng mạn (ưa cảm xúc, yêu cái đẹp) vốn dĩ của con người bị khuất lấp trong đời sống đô thị quay quắt:

"... gã cùng tử thức dậy chui ra khỏi chiếc thùng carton

gã muốn tìm một con lạc đà cưỡi vào đại mạc

để uống những giọt sương trên những cọng gai xương rồng

và thăm lại con bọ cạp thuở ấu thời

nhưng con bọ cạp đã bỏ đại mạc đi vào đô thị để tìm nàng gái điếm"

Trong khi người cùng tử luôn xuất hiện với vẻ ngộ nghĩnh đáng yêu, thì hình ảnh "nàng gái điếm" trong trường ca này có ý nghĩa gì? Một trong nhiều ý nghĩa của thân phận bèo bọt nhưng vô tội này là biểu trưng của sự ngẫu nhiên vượt ra khỏi ý thức và tự ý thức của con người, tựa như nàng điếm chấp nhận dạt trôi theo xô đẩy của hoàn cảnh và thời cuộc.

Nàng điếm cũng là sự nhắc lại thêm một lần thân phận "bầy gái điếm" khỏa thân trong những tủ kính ở Amsterdam và những bé gái bị bán trinh tiết ở chợ trời Bombay, Ấn Độ - những thân phận bị nô dịch bất công.

"Xác chữ" dù nhiều khi mượn lời thông báo trực tiếp nhưng vẫn đầy những câu thơ kỳ ảo, tuyệt đẹp:

"... cùng lúc cổ thành Thăng Long những dấu đạn đại bác tự dưng tứa máu" báo hiệu phần trực ngôn thống thiết về bi kịch của dân tộc sau 1975. Và đầy những câu thơ lạ lùng, làm biến thiên cả quy luật của cảm nhận bình thường:

"... những cơn mưa làm ướt những đại dương mênh mông

còn những cơn mưa làm ướt những dòng sông..."

Chương khúc khép lại bằng *"râm ran tiếng kinh cầu cứu độ"* từ những kim tự tháp chữ, đưa hình ảnh này trở về đúng nghĩa linh thiêng và nhân đạo nó vốn mang.

* * *

"nhật ký thời gian" cũng là lời giải đáp cho những tự vấn triết học mà Trần Nghi Hoàng đặt ra trong những trường ca trước đây như *"mở cửa tử sinh"*: rốt ráo, tử và sinh có phải là một quá trình luân chuyển, truyền năng lượng cho nhau như thi ca thường hình dung? Cái chết có phải chắc chắn là *"mánh lới cuối cùng của một con người"* hay không?

Người thơ cũng đồng thời bật mí những *"phát minh"* trong suốt cuộc lưu lạc rong chơi tận tụy cõi SỐNG của mình:

"... con người là gì?

là cái gạch nối cho vạn vật trong vũ trụ

những vật đã từng được biết tới và cả những vật chưa từng được biết tới

con người cũng còn là cái gạch nối cho vạn vạn pháp

những pháp đã có đã mất những pháp đã hiện diện và những pháp chưa từng có..."

"... con người là vạch nối cho vạn vật và vạn pháp

nhưng mãi mãi - có phải là mãi mãi?

con người không bao giờ làm gạch nối được cho nhau..."

(hai mươi lăm: chương cuối)

Nghi vấn này, dù quá nhiều thời khắc được chứng nghiệm trong hiện thực, không phải là tuyệt vọng.

Qua hơn năm mươi năm bôn ba, luân lạc, nếm trải đủ mộng tưởng của thế giới con người, trong đó có cả... ác mộng, từng trải "cơn tuyệt lộ" của bản thân, điều gắn bó sâu xa với Trần Nghi Hoàng không phải những bổn phận với thời cuộc hay khẳng định bản lãnh cá nhân mà là giấc mơ tuổi thơ còn non xanh ngút ngát màu vườn mãng cầu của cha, màu khúc mía voi ngọt lành ban trưa úp cuốn sách lên ngực mơ mộng, *"chạy chân trần trên những cánh đồng không dự báo"* thẳng đến tương lai biến cố, và những chứng nghiệm, chứng giải về con người:

"... thằng bé rời khỏi làng quê rồi lớn khôn đi khắp cùng trái đất

hơn nửa thế kỷ nó đã đến rồi đi không biết bao nhiêu cõi miền xa lạ

nó chưa hề một lần gặp lại giấc mơ của mình trên chiếc xe mộng mị ấu thơ"

(mười chín: những cơn mưa trên mây)

Chiếc xe mộng mị ấu thơ chở đầy phép thần thông của tuổi nhỏ, "nỏ thần," "vũ khí thần kỳ", "con ngựa xích thố tự nắn tự vẽ" do "bầy cánh cam là những con tuấn mã" kéo đi mất biệt về "chốn không đâu." Người thống soái trong thế giới thần tiên ấy, Caligula (tên khác của Alexandre Đại Đế,) - cậu trai lên 9 tuổi phải từ giã quê cha, làng Tân Thủy quận Ba Tri, Bến Tre cùng cha má, anh chị lên Sài Gòn vì thời cuộc,- muốn "hái những vì sao trên trời" và "bắn rụng những trái quả trần gian quê cha đất mẹ."

Một giấc mơ hùng tâm tráng chí của những điều nghĩa cử và cao thượng như các anh hùng thuở xưa, sau cuối đã trở thành giấc mơ về sự hài hòa và cảm thông vốn được nuôi dưỡng từ thiên lương thời thơ ấu:

"... cái thế giới mà mọi loài đều có thể dễ dàng tự nhiên giao cảm cùng nhau bằng một thứ ngôn ngữ dị thường

trên cây ổi xá lị có thể mọc xen vào những trái táo
trên cánh hồng nhung trổ ra vài đóa cẩm chướng hay phong lan
vạn vật thiên nhiên như cùng nhau hài hòa bất tận
khúc hòa âm miên viễn"

(mười chín: những cơn mưa trên mây)

Đây cũng chính là thông điệp sau cuối và căn cốt của *"nhật ký thời gian"* về một thế giới của hòa bình và tương thông không chỉ giữa con người mà còn giữa các không gian, dòng chảy thời gian, vũ trụ và sinh linh vạn pháp – những nguồn năng lượng không chỉ chịu ảnh hưởng mà còn nuôi dưỡng, sẻ chia và trở thành một phần bản thể con người.

"Người thày vị lai" được nhân loại kiếm tìm để tiên đoán về số phận trái đất và loài người cũng thầm lặng nói lên ước mơ tương tự bằng một thứ tiếng vô ngôn: cử chỉ ung dung tự tại, tâm thế khoan hòa, thấu thị.

Trải qua hai mươi lăm chương (tựa như sự tuần hoàn và quay lại khởi đầu của 24 giờ trong ngày) với trùng trùng điệp điệp những ảo ảnh và thực cảnh, giấc mơ và điềm báo, xáo trộn và sắp đặt những quy ước mới của tưởng tượng, sự mãn nhãn của thị giác và bùng nổ năng lượng, vv... *"nhật ký thời gian"* của Trần Nghi Hoàng phơi trần trên mặt giấy tất thảy sự sống, cảm giác, thăng hoa của một đời tận lực chứng nghiệm SỐNG, theo đuổi ý nghĩa rốt ráo của cuộc LÀM NGƯỜI, và ước mơ đạt tới cái CAO THƯỢNG, dù với người thơ và thế giới thơ, nó được mặc định sẵn như phẩm cách vốn có của làm người.

Tôi muốn kết thúc bài viết này bằng một hình ảnh đẹp trong thơ Trần Nghi Hoàng: Mưa. Mưa xuất hiện rất nhiều, mỗi lần với một ý nghĩa và ý vị khác nhau. Có lần là biến thiên thành một năng lượng khác:

"... *những cơn mưa không kịp ướt đất*

những cơn mưa đã vội ngừng ngang khi mới bắt đầu đổ hạt..."

"... *những đám mây trĩu nặng những hạt mưa vẫn vũ không chịu rơi đi*

những cánh buồm căng gió vị lai nhưng không chịu lìa xa hiện tại..."

Hạt mưa không chịu rơi, đám mây "không chịu làm mưa", cánh buồm căng gió vị lai không chịu lìa xa hiện tại biểu tượng cho dòng chuyển luân của thời gian và phẩm chất trong thơ Trần Nghi Hoàng: trong một hiện hữu gồm thâu nhiều trạng thức, một khoảnh khắc có thể bao hàm vô lượng khoảnh khắc hay vô vàn cảnh huống.

Cái nhìn về thế giới đã khiến cho trần gian trong con mắt

người thơ trở thành ngày hội với muôn vàn sắc màu hương vị kỳ lạ, lộng lẫy bất chấp đau thương, nghịch lý, kể cả mối nguy hủy diệt luôn rình rập liền kề.

Ngày 04 Tháng Chín, 2024

MỤC LỤC

Lời tựa ngắn cho "*nhật ký thời gian*" 5

một: hòa âm thất tán 10

hai: nụ cười không có thật 13

ba: giấc ngủ ấu thời 15

bốn: tuổi của đất và đá 16

năm: tuyệt lộ 17

sáu: thất tung 18

bảy: con người? ... ! 19

tám: đường tunnel quanh địa cầu 20

chín: bí tích 21

mười: vô thức 22

mười một: cổ tích 23

mười hai: đất sống cho mỗi con người 25

mười ba: vòm trời bí mật 27

mười bốn: mưa!!! ... và mưa??? 29

mười lăm: phiên tòa 30

mười sáu: biển thời gian 31

mười bảy: xác chữ 36

mười tám: thổ ngơi 55

mười chín: những cơn mưa trên mây 64

hai mươi: mùa nhật thực 74

hai mươi mốt: đại hồng thủy 79

hai mươi hai: nguyệt thực 84

hai mươi ba: biển có cùng là biển 91

hai mươi bốn: lịch sử 94

hai mươi lăm: chương cuối...97

Lời bạt: *"tiếng đàn bầu khúc khắc điệu Jazz"*
hay những vũ trụ quan biến ảo... 103

SẼ XUẤT BẢN:

BÓNG CHIM BẰNG TRÊN VÁCH THỜI GIAN

Tự bạch, Trần Nghi Hoàng. (350 trang.)

* Sử thi về Gia đình một nông dân Nho học trong giai tầng Nho học cuối cùng đầu thế kỷ 20

Và các:

Phỏng vấn, nhận định, phê bình, ý kiến của bằng hữu và độc giả.

Email liên lạc: hoangtrannghi2021@gmail.com

Nhật ký
THỜI GIAN

Biên tập	Khánh Phương
Thiết kế bìa	Khánh Trường
Trình bày	Hồng Nhung

Ấn bản được in ấn tại Nhà xuất bản Nhân Ảnh, California Hoa Kỳ do Amazon ấn hành và phát hành.

www.ingramcontent.com/pod-product-compliance
Lightning Source LLC
LaVergne TN
LVHW041843070526
838199LV00045BA/1422